சில ஆசிரியர்கள் சில நூல்கள்

சில ஆசிரியர்கள் சில நூல்கள்

அசோகமித்திரன் (1931–2017)

இயற்பெயர் ஜ. தியாகராஜன். செகந்தராபாத்தில் பிறந்தார். மெஹ்பூப் கல்லூரியிலும் நிஜாம் கல்லூரியிலும் ஆங்கிலம், இயற்பியல், வேதியியல் படித்தார். தந்தையின் மறைவுக்குப்பின் இருபத்தொன்றாம் வயதில் குடும்பத்துடன் சென்னைக்குக் குடியேறினார். *கணையாழி* மாத இதழின் ஆசிரியராகப் பல ஆண்டுகள் பணியாற்றினார்.

1951 முதல் தமிழிலும் ஆங்கிலத்திலும் எழுதினார். சிறுகதை, குறுநாவல், நாவல், கட்டுரை, விமர்சனம், சுய அனுபவப் பதிவு போன்ற பிரிவுகளில் அறுபது நூல்களுக்கும் மேல் எழுதியிருக்கிறார். பல இந்திய மொழிகளிலும் சில ஐரோப்பிய மொழிகளிலும் இவரது நூல்கள் மொழிபெயர்க்கப்பட்டுள்ளன. 1973இல் அமெரிக்க அயோவா பல்கலைக்கழகத்தின் எழுத்தாளர்களுக்கான சிறப்புப் பயிலரங்கில் கலந்துகொண்டவர்.

1996ஆம் ஆண்டு சாகித்திய அகாதெமி விருது பெற்றார்.

அசோகமித்திரன் தனது 85வது வயதில், 23.03.2017 அன்று சென்னை வேளச்சேரியில் காலமானார்.

மனைவி: ராஜேஸ்வரி. மகன்கள்: தி. ரவிசங்கர், தி. முத்துக்குமார், தி. ராமகிருஷ்ணன்.

அசோகமித்திரனின் பிற காலச்சுவடு வெளியீடுகள்

நாவல்

- 18வது அட்சக்கோடு (கிளாசிக் வரிசை)
- ஒற்றன்!
- யுத்தங்களுக்கிடையில் . . .
- மானசரோவர் (கிளாசிக் வரிசை)
- தண்ணீர் (கிளாசிக் வரிசை)
- கரைந்த நிழல்கள் (கிளாசிக் வரிசை)
- இந்தியா 1944-48
- இன்று
- ஆகாயத் தாமரை

சிறுகதை

- ஐந்நூறு கோப்பைத் தட்டுகள் (கிளாசிக் வரிசை)
- வாழ்விலே ஒரு முறை (முதல் சிறுகதைத் தொகுப்பு வரிசை)
- அழிவற்றது
- 1945இல் இப்படியெல்லாம் இருந்தது . . .
- இரண்டு விரல் தட்டச்சு
- அசோகமித்திரன் சிறுகதைகள் (முழுத் தொகுப்பு)
- அமானுஷ்ய நினைவுகள்

குறுநாவல்

- இன்ஸ்பெக்டர் செண்பகராமன்
- அசோகமித்திரன் குறுநாவல்கள் (முழுத் தொகுப்பு)
- மணல் (கிளாசிக் வரிசை)

கட்டுரை

- எரியாத நினைவுகள் (கிளாசிக் வரிசை)
- படைப்புக்கலை
- ஒரு பார்வையில் சென்னை நகரம்
- ஆடிய ஆட்டமென்ன

அசோகமித்திரன்

சில ஆசிரியர்கள் சில நூல்கள்

காலச்சுவடு பதிப்பகம்

● அன்பார்ந்த வாசகருக்கு,

வணக்கம்.

காலச்சுவடு நூலை வாங்கியமைக்கு நன்றி.

நூலின் உள்ளடக்கம், உருவாக்கம், அட்டைப்படம் இன்ன பிற அம்சங்கள் பற்றிய உங்கள் கருத்துகளையும் ஆலோசனைகளையும் காலச்சுவடு வரவேற்கிறது. தகவல், எழுத்து, வாக்கியப் பிழைகள் தென்பட்டால் கட்டாயம் தெரிவித்து உதவுங்கள். நூல் தயாரிப்பில் கடும் குறைபாடு இருப்பின் மாற்றுப் பிரதி உங்களுக்குக் கிடைக்கக் காலச்சுவடு ஏற்பாடு செய்யும்.

மின்னஞ்சல்: **publisher@kalachuvadu.com**

காலச்சுவடு நாகர்கோவில் தலைமையகத்துக்கும் கடிதம் அனுப்பலாம்.

தங்கள்
எஸ்.ஆர். சுந்தரம் (கண்ணன்)
பதிப்பாளர் – நிர்வாக இயக்குநர்

சில ஆசிரியர்கள் சில நூல்கள் ❖ கட்டுரைகள் ❖ அசோகமித்திரன் ❖ © ராஜேஸ்வரி, தி. ரவிசங்கர், தி. முத்துக்குமார், தி. ராமகிருஷ்ணன் ❖ முதல் பதிப்பு: ஜூலை 1987 ❖ காலச்சுவடு முதல் பதிப்பு: செப்டம்பர் 2021, இரண்டாம் பதிப்பு: ஆகஸ்ட் 2023 ❖ வெளியீடு: காலச்சுவடு பப்ளிகேஷன்ஸ் (பி) லிட்., 669, கே.பி. சாலை, நாகர்கோவில் 629001

cila aaciriyarkaL cila nuulkaL ❖ Essays ❖ Author: Ashokamitran ❖ © Rajeswari, T. Ravishankar, T. Muthukumar and T. Ramakrishnan ❖ Language: Tamil ❖ First Edition: July1987 ❖ Kalachuvadu First Edition: September 2021, Second Edition: August 2023 ❖ Size: Demy 1 x 8 ❖ Paper: 18.6 kg maplitho ❖ Pages: 144

Published by Kalachuvadu Publications Pvt. Ltd., 669 K.P. Road, Nagercoil 629001, India ❖ Phone: 91-4652-278525 ❖ e-mail: publications @kalachuvadu.com ❖ Printed at Adyar Students xerox Pvt. Ltd., No. 275 Habibullah Road, Triplicane high Road, Opp Triplicane Post Office, Triplicane, Chennai 600005

ISBN: 978-93-91093-32-7

08/2023/S.No. 1006, kcp 4631, 18.6 (2) rss

கடந்த இருபதாண்டுக் காலத்தில் நான் எழுத நேர்ந்த அ-புனைகதை எழுத்தில் ஒரு பகுதி இத்தொகுப்பில் உள்ளது. எல்லாமே எழுத்தைப் பற்றிய கட்டுரைகள். கூடுமான வரையில் அன்று எழுதியபடியே இந்த நூலில் இடம்பெறுகின்றன.

கட்டுரையானாலும் கதையானாலும் என்னளவில் இரண்டுக்கும் ஒரே மாதிரியான முயற்சிதான் தேவைப்பட்டிருக்கிறது. நன்கு எழுதப்பட்ட கட்டுரை ஒரு நல்ல சிறுகதை தரக்கூடிய மன நிறைவை எழுதுபவருக்கும் வாசகருக்கும் ஏற்படுத்த வேண்டும்.

1987   **அசோகமித்திரன்**

பொருளடக்கம்

சில ஆசிரியர்கள்

க.நா.சு	13
ஆத்மாநாம்	21
வில்லியம் ஃபாக்னர்	24
மௌனி	31
தி. ஜானகிராமன்	33
நாரண துரைக்கண்ணன்	36
மீண்டும் வில்லியம் ஃபாக்னர்	39
மாக்ஸிம் கார்க்கி	42
கிரஹாம் கிரீன்	50
போரிஸ் பாஸ்டர்நாக்	57
ஜார்ஜ் ஆர்வெல்	66
ஆண்டன் செஹாவ்	74
இயன் ஃபிளெமிங்	84
ஜான் அன்வி	91
ஜான் பால் சார்த்ர்	102
எஸ்ரா பவுண்டு	111

சில நூல்கள்

சாயாவனம்	123
தொலைந்துபோனவர்கள்	126
காகித மலர்கள்	128
சாதனைகளும் சாதனையாளர்களும்	131
இரு 'மெலிதான' புத்தகங்கள்	134
இரு தடிமனான நூல்கள்	138
முடிவுறாத பயணம்: 'ரீதி'	141

சில ஆசிரியர்கள்

க.நா.சு

இந்த ஆண்டுக் குடியரசு தினத்தன்று சென்னையில் ஒரு கருத்தரங்கு நடைபெற்றது. 'கைராலி ஸ்டடி சர்க்கிள்' என்னும் குழு, நான்கு தென்னிந்திய மொழிகளின் தற்கால இலக்கியம் பற்றிக் கட்டுரைகள் படிக்க ஏற்பாடு செய்திருந்தது. கட்டுரையாசிரியர்கள் நான்கு பேருமே சிறிது கடுமையான விவாதத்திற்கு உட்பட வேண்டியிருந்தது. தெலுங்கு மொழிக் கட்டுரையை ஓர் அன்பர் வெகுவாகக் குறை கண்டார். தெலுங்கு மொழிப் புரட்சிகர எழுத்தாளர்களின் படைப்புகளுக்குப் போதிய கவனமும் முக்கியத்துவமும் தராதது குறித்துக் கண்டனம் தெரிவித்து, புரட்சிகர எழுத்தாளர்களின் நோக்கங்களைக் கட்டுரையாசிரியர் பூரணமாகப் புரிந்துகொள்ளப் புரட்சிகர எழுத்தாளர் சங்கத்தின் பிரகடனத்தின் சில பகுதிகளை உன்னிப்பாகப் படிக்குமாறு வற்புறுத்தினார். கட்டுரையாசிரியர் கண்டனங்களுக்குப் பதில் அளித்தார். திருப்திகரமாகப் பதில் கூறினாரா என்று கூற முடியாது. ஆனால் அவர் கூறிய பதில் ஒன்று சிந்தனைக்குரியது; "எந்தப் பிரகடனம்தான் மிக உன்னத நோக்கங்களை எடுத்துக் கூறாமல் இருக்கிறது?"

இலக்கியச் சங்கம், மக்கள் எழுத்தாளர் சங்கம், படைப்பாளிகள் குழாம், இலக்கிய வாசகர் வட்டத்திலிருந்து திறனாய்வு மன்றம், தமிழ் எழுத்தாளர் சங்கம், சென்னைத் தமிழ் எழுத்தாளர் சங்கம், சாகித்ய அகாடமி, தமிழ் வளர்ச்சி வரலாற்றுக் கழகம், இலக்கியச் சிந்தனைவரை இவ்வமைப்புகளின்

இலக்கியக் கோட்பாடுகள் மிகவும் உன்னதமானவையே. அதேபோல விமரிசகர்கள் ரகுநாதன், சி.சு. செல்லப்பா, எழில் முதல்வன், வெ. சாமிநாதன், டாக்டர் ந. சஞ்சீவி, தி.க.சி., டாக்டர் கைலாசபதி இவர்களின் அடிப்படை இலக்கியக் கொள்கைகளும் உன்னதமானவையே. எழுத்து கலையாக உருக்கொள்ள வேண்டும், அது மனிதாபிமானத்தில் எழுந்ததாக இருக்க வேண்டும், மன விரிவை உண்டு பண்ணுவதாக இருக்க வேண்டும், கற்பனை மயக்கங்களைத் தவிர்ப்பதாக இருக்க வேண்டும், மனித ஆன்மிக எழுச்சிக்கு வழி கோலுவதாக இருக்கவேண்டும், சமூகப் பரிணாமத்திற்கு வலுவூட்டுவதாக இருக்கவேண்டும் – இதிலெல்லாம் ஒரு குறையும் காணமுடியாது. அநேகமாக எல்லாருமே இந்த அடிப்படைக் கொள்கைகளைத்தான் அளவு கோலாகக் கொண்டிருப்பதாகக் கூறுகிறார்கள். இதன்படிப் பார்த்தால் இவர்கள் அனைவரும் ஏகோபித்ததாகத்தான் ஒரு குறிப்பிட்ட படைப்பைச் சிறந்ததென்றும் இன்னொன்றைச் சிறந்தது அல்ல என்றும் கூற வேண்டும். ஆனால் நடைமுறையில் அவ்வாறில்லை. ஒருவர் நல்ல படைப்பு என்று கூறியது மற்றொருவரால் மிகவும் இழிவானது என்று தள்ளிவிடப்படுகிறது. ஒருவர் ஒரு எழுத்தாளரைச் சிறந்த எழுத்தாளர் என்று தேர்ந்தெடுத்தால் அது இன்னொருவருடைய தேர்வுக்கு முற்றிலும் முரண்பட்டதாக இருக்கிறது. ஆதலால் அரசியல் அல்லது சமூக அமைப்புகளின் பிரகடனங்கள் போல இலக்கிய விமரிசகர்களின் அடிப்படைக் கொள்கைகளும் அளவுகோல்களும் உன்னதமாக இருந்தபோதிலும் அவை செயல்படுத்தப்படும் முறையில் அந்த அமைப்பு அல்லது அந்த விமரிசகரின் தன்மை வெளிப்பட்டு விடுகிறது. இன்றும் பொதுப்படையான இலக்கிய நோக்கு களை, வெவ்வேறு காலங்களில் அறிஞர்கள் கூறிவிட்டுப்போன இலக்கணங்களை மட்டும் எடுத்துச் சொல்லி சர்ச்சை – கண்டனங்களுக்கு உட்படாமல் நல்ல பெயர் வாங்கிப் போகும் கட்டுரைகளையும் உரைகளையும் பல பத்திரிகைகளிலும் கூட்டங்களிலும் எதிர்காண முடிகிறது. ஆனால் இன்றைய வாழ்க்கையில் இந்த நோக்கங்கள், கொள்கைகளின் பொருத்தம், குறிப்பிட்ட படைப்புகள் – படைப்பாளிகளைப் பொறுக்கி எடுத்துக் கூறுவதில் இருக்கிறது. இனங்கண்டு, தரம் பிரித்துக் கூறுவதில் இருக்கிறது. இத் திசையில், தமிழ் இலக்கியத் துறையில் சுமார் முப்பதாண்டு காலமாக ஒருவர் பெயர் தனித்து நிற்கிறது. அது க.நா.சு.

தமிழிலக்கியம் நசிந்துகொண்டிருக்கிறது, சிறுகதை இலக்கியம் தேங்கிவிட்டது என்று பல பெரியோர்கள் அடித்துக்கூறும் இந்த ஆண்டிலும் பெயர் சொல்லிக் குறிப்பிடக்கூடிய முப்பது நாற்பது

எழுத்தாளர்கள் போல, க.நா.சு.வும் சுமார் நாற்பதாண்டுகளுக்கு முன்னர், அவர் தமிழில் எழுத முன்வந்தபோது தன் வரையில் சுய விமரிசனம் செய்துகொண்டு, தன் படைப்பு நன்றாக அமைய வேண்டும் என்ற ஒற்றைத்தட நோக்கத்துடன்தான் ஆரம்பித்திருக்க வேண்டும். க.நா.சு. நன்றாகவே எழுதினார். அன்றிலிருந்து இன்றுவரை அவருடைய படைப்பிலக்கிய எழுத்து ஒரு சீரான தகுதி படைத்ததாகவே இருந்து வந்திருக்கிறது. அவர் தனக்குக் குறைந்தபட்சத் தகுதியாக வைத்து வருவது உயர்ந்த இலக்கியமாகவே இருந்து வருகிறது. அவர் பல மொழிபெயர்ப்புகளும் செய்திருக்கிறார். அவர் மொழி பெயர்ப்புக்காகத் தேர்ந்தெடுத்த படைப்புகளும் அவருடைய ஆராய்ந்துணரும் ஆற்றலுக்குச் சான்றாக இருக்கின்றன. அவர் படைப்பிலக்கியம் படைப்பதில் மட்டும் அன்றிலிருந்து இன்றுவரை கவனம் செலுத்தியிருந்தால் பொதுஜனப் பார்வையில் அவருடைய உருவம் இன்றுள்ளது போலப் பலவிதப் பிரதிவாதக் கோப, தாப, விரோத உணர்ச்சிகளைத் தோற்றுவிப்பதாக இருந்திருக்காது. வாதப் பிரதிவாத சர்ச்சைகளில் உட்படுத்தப் படாமல் இருப்பதில் நன்மை உண்டோ இல்லையோ, சௌகரியங்கள் பல உண்டு. ஆனால் க.நா.சு. சௌகரியங்களை நாடிச் சென்றதாகத் தெரியவில்லை. சர்ச்சைகளை, சர்ச்சைகள் மூலமாகப் பலரின் ஆழ்ந்த விருப்பு வெறுப்புக்களைத்தான் – நாடிச் சென்றிருக்கிறார். நாடிச் சென்றிருக்கிறார் என்று கூறுவதுகூடத் தவறாக இருக்கலாம். அவருடைய இயல்பு, அவருடைய இலக்கிய உணர்வு, அவருடைய விமரிசனங்கள் காரணமாக அவரைச் சர்ச்சைகளிடத்தில்தான் அழைத்துச் சென்றது.

க.நா.சு. தன் தேர்வுகளுக்கு, அவர் பொறுக்கி எடுத்த படைப்புகளுக்கு, அவை சிறந்தது, சிறந்ததல்ல என்று அவர் நிர்ணயித்ததற்குக் காரணம் கூறாமல் இருந்ததில்லை. காரணங்கள் கூறுவதைப் பல வகைகளில் செய்யலாம். வெகு எளிதாக, படிப்போரும் உணரா வண்ணம் அவர்களுடைய உணர்ச்சிகளை லேசாகத் தூண்டித் தான் கூறுவதே சரி என்று ஒப்புக்கொள்ள வைக்கும் விதத்தில் செய்யலாம். இது பிரசாரகர்களின் வழி. ஆனால் க.நா.சு. விஞ்ஞான விளக்கங்களுக்குரிய மொழியில்தான் அவருடைய விமரிசனங்களைச் செய்திருக்கிறார். ஓரிலக்கியப் படைப்பு பல அம்சங்கள் கொண்டதாயிருப்பினும் அது வெற்றிகரமானதாக, அதை முழுமையாகப் பார்க்கும்போது அந்த உணர்வைத் தரவேண்டும். ஒரு கைகலப்பில் வெற்றி அடைந்துவிட்டு யுத்தத்தில் தோற்றுப் போவதற்குச் சமமாகும் ஒரு படைப்பு அதன் முழுமையில் வெற்றிகரமாக அமையாதது.

க.நா.சு.வின் விமர்சனப் பார்வையில் ஒரு படைப்பின் தனித்தனி அம்சங்கள் போதிய கவனம் தரப்படாமல் போவதில்லை. ஆனால் அவருடைய இறுதிக்கணிப்பில் அப்படைப்பு அதன் முழுமையில் எவ்வாறு அமைந்திருக்கிறது என்பதற்கு முதலிடம் கொடுக்கப்படுகிறது. இதைக் கூட, ஒரு லௌகீக சாமர்த்தியத்துடன் செய்து நல்ல பெயர் வாங்கிக் கொண்டுபோய் விடலாம்; அல்லது குறைந்தபட்சம் பொல்லாப்பு பெற்றுக் கொள்ளாமல் சமாளித்துவிடலாம். ஆனால் க.நா.சு. அவருடைய வாதங்கள், கணிப்புகளைக் கூறிவிட்டு அவைகளை விளக்கக் குறிப்பிட்ட படைப்புகள், படைப்பாளிகள் பெயர்களையும் எடுத்துக் கூறியிருக்கிறார். இன்னும் ஒரு படி மேலே போய் அவற்றை ரகவாரியாகப் பிரித்துப் பட்டியல்கள் போட்டிருக்கிறார்...

பட்டியல்கள் – இதை வைத்துத்தான் க.நா.சு. எவரிடமும் முதல் வசவை வாங்கிக்கொண்டிருக்கிறார். அவருடைய சக விமரிசகர்கள், எழுத்தாளர்களிலிருந்து தொடங்கி, ஒரு பத்திரிகை இதழ் வெளிவந்தால் அதன் அட்டவணையிலிருந்து கடைசிப்பக்கம்வரை உள்ளதை ஒவ்வொரு வரியில் வியந்து – பாராட்டி, திட்டி எழுதும் ஆர்வ வாசகன்வரை க.நா.சு.வின் பட்டியல்கள் உபாதைப்படுத்தியிருக்கின்றன. க.நா.சு. இப்போது எந்தப் பத்திரிகைக்கும் ஆசிரியராக இல்லை. பெரும் பரிசுகளும் பாராட்டுகளும் வழங்க அதிகாரம் படைத்த அமைப்பு எதிலும் அங்கத்தினர் இல்லை. சுத்த சாதாரணர். ஆனால் அவர் பட்டியல்களில் இடம் பெறுவதும் இடம் பெறாமல் போவதும் எழுத்தாளர்களுக்குள் மிகவும் பெருமைதருவதாகவும் மிகவும் அவமதிக்கப்படுவதாகவுமான விஷயமாகிவிடுகிறது.

'நகுலன்' ஒரு கவிதை எழுதியிருந்தார். அதன் வரிகள் முழுவதும் நினைவில் இல்லை. ஆனால் கவிதை இந்த முறையில் இருந்தது.

யார் இந்த
க.நா.சு.
இவர் முறையாகத் தமிழ் படித்தவரல்ல.
இலக்கணம் இவரை மீறியது.
கவிதை இவருக்குக் கைவராத
கலை.
சிறுகதை நாவலோ சுத்தமாகப்
பிரயோசனம் இல்லை.
விமரிசனமோ ஒழுங்காக
நான்கு வார்த்தை எழுதத் தெரியாது
மனுஷனுக்கு.
அது போகட்டும்,
இவர் என் கதை பற்றி என்ன சொன்னார்?

இது ஏதோ ஒருவரைப் பாராட்டி, கெட்டிக்காரத்தனமாக எழுதிய கவிதையாகத் தோன்றவில்லை. நிதர்சனமாகக் காணக்கிடைக்கும் உண்மைதான். இல்லாது போனால் க.நா.சு. என்ன அபிப்பிராயம் சொன்னார், என்ன அபிப்பிராயம் வைத்திருக்கிறார் என்பது ஏன் இவ்வளவு தீவிரமான உணர்ச்சிகளைத் தமிழ்ப் படைப்பிலக்கியத்தில் நேரடியாக, ஆத்மார்த்தமாக ஈடுபாடும் தொடர்பும் உள்ளவர்களுக்கு ஏற்படுத்த வேண்டும்?

தமிழில் க.நா.சு. பட்டியல்களை உபயோகப்படுத்தியது போல, தமிழுக்குப் பட்டியல்கள் தேவைப்படுவதுபோல, எல்லா மொழிகளுக்கும் பட்டியல்கள் பயன்படுத்தப்படுகின்றனவா என்று தீர்மானமாகக் கூறமுடியவில்லை. இலக்கிய வரலாறு என்று சிறிது விரிவாக எழுதப்படும்போதுதான் பட்டியல்களைக் காண முடிகிறது. ஆனால் தமிழ் நவீன இலக்கியம் சிறிது காலம் தாழ்த்தியே துவக்கம் கண்டதாலும், தமிழில் விமரிசனப் பூர்வமான கணிப்புகளை ஏற்றுக்கொள்ளக்கூடிய சூழ்நிலை ஸ்திரமாக இன்னும் உருவாகாத காரணத்தாலும் பட்டியல்கள் அத்யாவசியமாக இருக்கின்றன. பொதுப்படையான இலக்கிய விமரிசகனின் சூத்திரங்கள் அல்லது கூற்றுகள், தற்காலப் படைப்பிலக்கியத்தைப் பொறுத்தவரையில் வாசகர்களுக்கு ஏதோ வாயுப் படலமாகப் போய்விடுகின்றன. விமரிசனக் கூற்றுகள், சூத்திரங்களுக்குத் திட்டவட்டமாக, ஸ்தூலமாக உதாரணங்களைக் கூறியே விளக்க வேண்டியிருக்கிறது. அப்போது பட்டியல்கள் தவிர்க்க முடியாததாகப் போய்விடுகின்றன.

ஒரு குறிப்பிட்ட தருணத்தில் க.நா.சு. தரும் பட்டியல் அப்படியே நூற்றுக்கு நூறு பூரணமானது என்று கொள்ள முடியாது. அவர் பார்வைக்குக் கிடைத்தவரை அந்தப் பட்டியல் முழுமையானது என்றுதான் கொள்ள முடியும். இதிலும் கூட, மனித இயல்பில் கூடிய ஞாபக மறதி, கவனக்குறைவு செயல்பட்டுச் சில பெயர்கள், சில படைப்புகள் ஒரு குறிப்பிட்ட க.நா.சு. விமரிசனத்திலோ கட்டுரையிலோ விட்டுப் போய்விட இடமிருக்கிறது. இருந்தும் க.நா.சு. ஒவ்வொரு கால கட்டத்திலும் பல கண்டுபிடிப்புகளைச் சாதித்திருக்கிறார். அவர் பார்வைக்குட்படுவது மற்ற தமிழ் விமரிசகர்கள், இலக்கிய அன்பர்களுக்குக் குறையாத வண்ணம் இருந்து வருகிறது. நாற்பதாண்டு காலமாக எழுதி மணிவிழா பெறற எழுத்தாளரின் சமீபத்திய படைப்பு பற்றியும் க.நா.சு.வால் அபிப்பிராயம் கூற முடியும். ஓராண்டு காலமாக நடக்கும் ஒரு சிறு பத்திரிகையில் ஒரு கதை எழுதி அடி எடுத்து வைக்கும் இளைஞனின் சாத்தியக் கூறுகள் பற்றியும் க.நா.சு.வால் கூறமுடியும். இன்று தமிழ் இலக்கிய

உலகில் சிறப்பான பெயர்களாக இருக்கும் ஜெயகாந்தன், மௌனி, லா.ச.ரா., சுந்தர ராமசாமி, அழகிரிசாமி, ஹெப்சிபா ஜேசுதாசன், நீல பத்மநாபன், ஷண்முகசுந்தரம், நகுலன், வே. மாலி, ஷண்முகசுப்பையா, சா. கந்தசாமி இவர்கள் எல்லோரும் ஒருவிதத்தில் க.நா.சு.வின் கண்டுபிடிப்புகளே.

க.நா.சு. இல்லாமலும் இவர்கள் நன்றாக எழுதியிருப்பார்கள், எழுதினார்கள். க.நா.சு. எடுத்துக் கூறுவதற்கு முன்புகூட இவர்களுக்கு உண்மையான ரசிகர்கள் இருந்திருக்கக்கூடும். ஆனால் க.நா.சு.வால்தான் இவர்கள் பற்றி விமரிசனப் பூர்வமாக ஒரு வாசகர் பார்வை உண்டுபண்ண முடிந்தது. மௌனியின் கதைகளுக்கும் நீல பத்மநாபனின் 'தலைமுறைகள்' நாவலுக்கும் அப் படைப்புகளையும், அப் படைப்பாளிகளையும் சிறிதும் பிடிக்காததோர் மத்தியில்கூட அவை இலக்கியமே என்று ஒத்துக்கொள்ளக்கூடிய சூழ்நிலை இன்றிருக்கிறதென்றால், அது க.நா.சு.வின் திட்டவட்டமான, முறையான, வாதங்கள் நிறைந்த விமரிசனங்களால்தான். அதே போல, ஜனரஞ்சகத் தன்மையே இலக்கிய நயமாக என்றென்றும் நியதியாகிவிடும் தமிழ் எழுத்துத்துறைவரை என்று மலைப்பூட்டிய நாளில் அந்த ஜனரஞ்சகப் படைப்புகள் பற்றித் துணிவாகவும், திட்டவட்டமாகவும், அறிவுபூர்வமாகவும் எடுத்துக்கூறிய பெருமை க.நா.சு.வுடையதுதான். அவர் அறிவுபூர்வமாகத் தன் கணிப்புகளை எடுத்துக் கூறுவது – அவைகளுக்கு மறுப்புக்கூற இடமில்லாமல் அவர் வாதங்கள் இருப்பதால் – எவ்வளவோ பேருக்குக் கோபமூட்டியிருக்கிறது, கோபமூட்டுகிறது.

க.நா.சு.வுக்கு இப்படியும் ஒரு பெயர் உண்டு: அவர் இருப்பதும் இல்லாததுமாக ஆங்கிலத்தில் எழுதி, ஆங்கிலப் பத்திரிகைகளில் ஆதிக்கம் செலுத்துகிறார். க.நா.சு. பல ஆங்கில வெளியீடுகளில் பல கட்டுரைகள் தற்காலத் தமிழ் இலக்கியத்தைப்பற்றி எழுதியிருக்கிறார். ஆனால் அந்த வெளியீடுகள் அவருக்கு மாறுபட்ட கருத்துகளை வெளியிடத்தடை விதித்ததில்லை; அவருக்குக் கண்டனம் தெரிவித்து எழுதிய கட்டுரைகளையும் வெளியிட்டிருக்கின்றன.

க.நா.சு. தடத்தில் இன்னொருவர் எழுதிய கட்டுரைக்குக் கடுமையாகக் கண்டனம் தெரிவித்த ஏ. சுப்பையாவின் கட்டுரையையும் வெளியிட்டிருக்கின்றன. தமிழ் இலக்கிய உலகைப் பற்றி க.நா.சு. ஒருவரால்தான் ஆங்கிலத்தில் எழுத முடியும் என்றில்லை. அவரைவிட அந்த மொழியில் திறமையும் செல்வாக்கும் உள்ளவர்கள் பலர் இருக்கத்தான் செய்கிறார்கள். அவர்கள் எப்போதோ ஒருமுறை, அதுவும் க.நா.சு. ஆரம்பித்த

ஒரு சர்ச்சைக்குப் பதிலடி போலத்தான், எழுதியிருக்கிறார்கள் – ஆனால் தொடர்ச்சியாக, வருஷக்கணக்கில், அதுவும் முப்பதாண்டுகளுக்கும் மேலாக, அதே கோபத்துடன், அதே தீவிரத்துடன் எழுதவில்லை.

குறிப்பாக அவர்களே ஒரு இலக்கியப் பார்வை அமைத்துக் கொண்டு அப் பார்வையைப் பிறருக்குத் தெரியப்படுத்துவதில் க.நா.சு. கொண்டிருக்கும் அயராத தீவிரத்துடன் செயல்படவில்லை. பல ஆண்டுகள் தொடர்ச்சியாக ஒன்றில் தீவிரத் தன்மை கொண்டிருப்பது, அத்துறையில் அந்த நபர் கொண்டிருக்கும் ஆழ்ந்த நம்பிக்கையையும் அக்கறையையும்தான் காட்டும். க.நா.சு.வின் கருத்துகள் கணிப்புகள் எப்படியாயினும் தமிழ் இலக்கியத் துறையில் அவருக்குள்ள நம்பிக்கையும் அக்கறையும் முப்பதாண்டுப் பணியில் நிரூபணம் ஆகியிருக்கின்றன. தமிழ்மொழியல்லாதோர் மத்தியில் தமிழ் இலக்கியம் கவனத்தையும் கணிப்பையும் பெற்றுவருகிறதென்றால், அது க.நா.சு.வும் அவர் போன்றோரும் தமிழ் இலக்கியம் பற்றி வேறு மொழிகளில் எழுதுவதால்தான். விஞ்ஞானப்பார்வை எல்லாத் துறையிலும் வளர்ந்திருக்கும் இந்த இருபதாம் நூற்றாண்டில் ஒருவர் முதன்முதலாக ஏதோ கூறியிருக்கிறார் என்பதால் மட்டும் அது நித்ய சத்தியமாக ஏற்றுக்கொள்ளப்படுவதில்லை. ஆனால் ஒருவர் எடுத்துக் கூறுவதால்தான் அப்பொருள்பற்றி மேற்கொண்டு பரிசோதனை நடத்த ஒரு தளம் அமைகிறது. ஆதலால் முதன்முதலாக ஒன்றைப்பற்றி ஒருவர் கூறும் கருத்தும் கணிப்பும் முக்கியத்துவமும் மதிப்பும் பெறத்தான் செய்கின்றன.

கொலம்பஸ் அமெரிக்காவைக் கண்டு பிடித்துவிட்டு ஸ்பெயின் திரும்பினார். அவருக்கு விருந்து. ஆனால் ஸ்பெயின் பிரபுக்களுக்குக் கொலம்பஸ் மீது மிகுந்த அலட்சியம். அந்த விருந்திலேயே அவர் காது கேட்க 'அப்படி என்ன பிரமாதமாக இவன் சாதித்துக் கிழித்துவிட்டான்!' என்று பரிமாறிக் கொண்டார்கள். கொலம்பஸ் விருந்து முடியும் தறுவாயில் ஒரு முட்டையை எடுத்துக் காட்டினார். "இந்த முட்டையை உங்களால் செங்குத்தாக நிற்கச்செய்யமுடியுமா?" என்று கேட்டார். பிரபுக்கள், சீமாட்டிகள் அனைவரும் விருந்துமேஜைமீது முட்டைகளைப் புரட்டிப் புரட்டிப் பார்த்தார்கள். இறுதியாக "நீ செய்து காட்டு. பார்ப்போம்" என்றார்கள். கொலம்பஸ் தன் கையிலிருந்த முட்டையின் ஒரு நுனியைச் சிறிது தட்டி விட்டார். முட்டை இப்போது செங்குத்தாக நின்றது. "இது என்ன பிரமாதம்?" என்றார்கள் பிரபுக்கள். "முற்றிலும் உண்மை. ஒருவர் செய்துகாட்டிவிட்டால் அப்புறம் எதுவும் பிரமாதம் இல்லைதான்."

தற்காலத் தமிழ் இலக்கியத்தைத் தரம் பிரித்து இனம்கண்டு கொள்ள வாசகர்களுக்கு ஒரு சூழ்நிலை ஏற்படுத்துவதிலும் அளவிலும் தரத்திலும் தொடர்ந்து ஊக்கம் குன்றாமலிருத்தலிலும் க.நா.சு. ஆற்றிய பணிக்கு நிகராக இன்றுவரை யாரும் பணிபுரிய வில்லை. அந்த விதத்தில் அவர் துணையில்லாதவர், தனியர். அவருக்கு அறுபதாண்டு முடிகிறது. அதைக் காரணமாக வைத்துக் கொண்டு தமிழிலக்கியத்தில் ஈடுபாடு கொண்டவர்கள் எல்லோரும் இப்படிக் கணக்குப் பார்க்க ஒரு வாய்ப்பு ஏற்பட்டிருக்கிறது.

கசடதபற, 1972

~

ஆத்மாநாம்

தெரிந்தவரைப் பற்றி நல்லது கெட்டது யார் சொன்னாலும் அர்த்தமாகிறது. இல்லாது போனால் எல்லாம் வெறும் வார்த்தைகளாகவே போய்விடுகிறது.

'ஆத்மாநாம்' என்றும் அழைக்கப்பட்ட 33வயது மதுசூதனன் பற்றி இங்கு சொல்லத் தொடங்கும் போது இந்த எண்ணம்தான் தோன்றுகிறது.

அவரைப் பற்றி நல்லது நினைக்கவும் கூறவும் நிறையவே இருக்கிறது. அவரைத் தெரிந்தவர்களுக்கும் அவருடைய கவிதைகளைப் படித்தவர்களுக்கும் –

அவர் தற்கொலை செய்துகொண்டிருக்கக்கூடும் என்பது பரபரப்பே பொருளாகுபவர்களுக்குச் சில நிமிடங்களுக்குப் பயன்படும். ஆனால் இன்றோ என்றோ அவருடைய கவிதைத் தொகுப்பான 'காகிதத்தில் ஒரு கோடு' (ழ வெளியீடு, 39 ஈசுவரதாஸ் லாலா தெரு, சென்னை 600 005) நூலை எடுத்துப் புதிதாக யாராவது படிக்கக் கூடுமானால் அவர்கள் சிறிது நேரமாவது ஆழ்ந்த மௌனத்தை அனுபவிக்க நேரும்.

நான் ஆத்மாநாமை முதலில் சந்தித்தபோது அவர் கல்லூரிப் படிப்பை முடித்திருக்கவில்லை.

இளைஞர்கள் படிப்பை முடிக்காத நிலையில் சிறு பத்திரிகைகளிடம் ஈர்க்கப்படுவது குறித்து எனக்குக் கவலை உண்டு. பெருவாரிப் பத்திரிகைகளை நாடிப் போகிறவர்கள் இருபது வயதானாலும் அறுபது வயதானாலும் லௌகீக அம்சங்களில் சமர்த்தர்களாயிருக்கிறார்கள். அவர்களுடைய எழுத்தின் வெற்றியே இந்தச்

சமர்த்தின் ஒரு வெளிப்பாடுதான். எழுத்தில் யதார்த்தத்தை வலியுறுத்தும் சிறு பத்திரிகைக்காரர்கள் உலகாயத விஷயங்களில் கற்பனாவாதிகளாக இருந்துவிடுகிறார்கள்.

ஆத்மாநாமின் ஆர்வத்தை நான் அதைரியப்படுத்தவில்லை. ஆனால் ஓர் இளைஞன்மீது இன்றைய சமூகம் கொள்ளும் எதிர்பார்ப்புகளைப் பற்றிப் பேசியிருக்கிறேன். அவருக்கு நான் புதிதாக ஏதும் சொல்ல வேண்டிய அவசியமிருக்கவில்லை. அவருக்குப் புரியாத வாழ்க்கைச் சிக்கல் என்று ஒன்று கிடையாது.

இயல்பாகவே பரந்த அறிவும் பக்குவமும் முதிர்ச்சியும் அவரிடம் அந்த நாட்களிலிருந்தே இருந்திருக்கிறது. அன்றிலிருந்து இன்றுவரை அவருடைய கவிதைகளுக்கும் அதுவே அடி நாதமாகவும் இருந்திருக்கிறது.

அவர் காலத்தில் ஆத்மநாம் கவிதைகள் தீவிர வாதப் பிரதிவாதங்களை உண்டுபண்ணவில்லை. ஆனால் அவரைப் படித்தவர்கள் அவர்மீது கூர்ந்த கவனம் செலுத்தி வந்திருக்கிறார்கள். அவர் மறைவுக்குப் பின் சென்னையில் கூடிய இரங்கல் கூட்டத்தில் பலதரப்பட்டவர் பேசினார்கள்.

ஒரு மிகைச் சொல், ஒரு *hyperbole* எழவில்லை. பேசப்பட்ட பொருள், வடிவத்திற்கு அவ்வளவு நேர்த்தியை அளித்தது. சுமார் ஓராண்டுக்கு முன் நடந்த இன்னொரு இலக்கியவாதியின் இரங்கல் கூட்டம் நினைவுக்கு வந்தது. அந்தக் கூட்டத்தினால் இலக்கிய தேவிக்கு ஜலதோஷமே பிடித்துக் கொண்டிருக்கும் என்று ஓர் அன்பர் கருதினார்.

ஆத்மாநாமை அபிலாஷைகளற்றவராகக் கருதுபவர்கள் உண்டு.

கடவுளைக் கண்டேன்
எதையும் கேட்கவே தோன்றவில்லை.
அவரும் புன்னகைத்துப்
போய் விட்டார்.
ஆனாலும்
மனதிலே ஒரு நிம்மதி

('தரிசனம்')

பிரபஞ்ச இயக்கத்தில் சமன்பாடு நிலையை உள்ளுணர்வில் ஒரு சமயமாவது கண்டுகொண்டவர்களுக்குத்தான் இந்தத் தெளிவும் எளிமையும் கொண்ட மனநிலை சாத்தியம்.

ஒரு துண்டு புதிதாகத் தைக்கப்பட்ட குழந்தைகள் உடுப்புக்களைப் பார்த்து "இவற்றை அணியும் குழந்தைகள்தான் எவ்வளவு மகிழ்ச்சியடையும்? அந்த மகிழ்ச்சிக்குரிய

கலைப்பொருளாகத்தானே இவை இருக்க வேண்டும்!” என்று கூறியிருக்கிறார். ஒரு துணிக் கட்டைப் பார்த்து மகிழ்ச்சியில் திளைக்கும் குழந்தைகளை யாரால் உருவகப்படுத்திக்கொள்ள முடியும்?

அவருடைய இருபதாவது வயதில் எழுதிய ஒரு கவிதை:

குருட்டுக் கண்களைத்
திறந்து பார்த்தால்
இருட்டுதான்
பிரகாசமாய்த் தெரிகிறது.
செவிட்டுச் செவிகளைக்
கூராக்கி முயற்சித்தால்
நிசப்தம்தான்
கூச்சலாய்க் கேட்கிறது.
நுகராத நாசியை
நுழைத்துப் பார்த்தால்
சாக்கடை மணம்
சுகந்தமாய் இருக்கிறது.
உருமாறிப் போனவன்
உடல் மாறி
மனம் மாறியபின்.

இதற்கு ‘இரவில் பேய்கள்’ என்று தலைப்பிட்டிருந்தார். ஆனால் இவை காரைக்கால் அம்மையார் ஆகிருதி பெற்ற பேய்களாக இருக்க வேண்டும்.

இருபத்திநான்கு இதழ்கள் ‘ழ’ என்றதொரு கவிதை பத்திரிகைக்கு ஆசிரியராக இருந்து வெளிக்கொணர்ந்திருக்கிறார்.

ஆத்மாநாம் அற்பாயுளில் மறைந்தது பலருக்குப் பெரும் துக்கம் விளைவித்திருக்கும்.

செய்தி கேட்டபோது நானும் ஐயையோ என்றுதான் கத்திவிட்டேன்.

அவர் மறைந்து சில வாரங்களுக்குப் பிறகு இப்போது நினைத்துப் பார்த்தால் இப்படியும் தோன்றுகிறது. இவ்வளவு சின்ன வயதில் தற்காலத் தமிழைக் கொண்டு இவ்வளவு முதிர்ந்த ஆன்மீக வெளிப்பாட்டை இவ்வளவு இயல்பாகக் கவிதை புனைய முடியுமானால் அந்தக் கவிஞனுக்குப் படைப்பின் ஒருமைதான் எவ்வளவுமுறை தரிசனமாகக் கிடைத்திருக்க வேண்டும்? இது எவ்வளவு பேருக்கு நேருகிறது?

***குமுதம்*, 1984**

~

வில்லியம் ஃபாக்னர்

'இந்த நூற்றாண்டின் மிகச் சிறந்த பிராந்திய எழுத்தாளர்' என்று வில்லியம் ஃபாக்னரைக் கூறுவதுண்டு. யுனைடெட் ஸ்டேட்ஸின் தென் பகுதி மாகாணங்களில் வாழக்கிடைத்த, வாழக் கிடைக்கும் வாழ்க்கையின் சாரத்தை அப்படியே சொற்களில் அவர் சித்தரித்துக் காட்டினார் என்று சொல்வார்கள். அவருடைய இருபத்தைந்தாவது வயது முதல் சுமார் நாற்பதாண்டுக் காலத்தில் அவர் எழுதி முடித்த 19 நாவல்களும், 75 சிறுகதை களும் பெரும்பாலும் அப்பிராந்தியத்தையே நிலைக்களனாகக் கொண்டவை. அப்பிராந்தியத்தின் இடங்களைக் குறிக்க ஃபாக்னர் உபயோகித்த பல பெயர்கள் நிஜ வாழ்க்கையில் இல்லாத போதிலும் அவை யுனைடெட் ஸ்டேட்ஸின் தென் பகுதிதான் என்பது எளிதில் விளங்கிவிடும். ஃபாக்னர் அவருடைய கற்பனை நாட்டுக்கு 'யாக்னபடாவ்ஃபா' என்று பெயரிட்டு அவரே ஒரு வரைபடம் வரைந்து தந்திருக்கிறார். அதன்கீழ் அவர் இப்படி கையெழுத்திட்டிருக்கிறார்; 'யாக்னபடாவ்ஃபா மாவட்டம் – பூரண உரிமையாளர் – சொந்தக்காரர்: வில்லியம் ஃபாக்னர்.'

ஃபிராய்டின் சித்தாந்தங்களை அடிப்படை யாகக் கொண்டு எழுதப்பட்டவை என்றும், நவீன மனத்தத்துவக் கண்டுபிடிப்புகள் சிறப்புடன் இலக்கியத்தில் பயன்படுத்தப்பட்டவை என்றும் ஃபாக்னரின் படைப்புக்களைப் பற்றிக் கூறுவதுண்டு. 'ஸ்ட்ரீம் ஆஃப் கான்ஷியஸ்னஸ்' என்னும் மனிதனின் மன ஓட்டத்தை, கதையை விளக்கிக்

கூறுவதற்கு உபயோகித்த எழுத்தாளர்களில் ஃபாக்னர் மிகச் சிறப்பானவராகக் கருதப்படுகிறார். அவருடைய பல நாவல்களில் பெரும்பகுதி, பாத்திரங்களே தங்கள் கதையைக் கூறுவதுபோல அமைத்திருக்கின்றன.

ஃபாக்னர், எதார்த்த இலக்கியத்தில் அற்புத சாதனை அடைந்தவர் என்ற அபிப்பிராயம் ஒருபுறமிருக்க, அவர் எழுத்தை எதார்த்தத்தில் சேர்ப்பது தவறு. அவர் எழுதியதெல்லாம் சாதாரணமாகக் காணக் கிடைக்காத பாத்திரங்களும் சம்பவங்களுமே என்ற விமர்சனமும் இருக்கிறது. ஃபாக்னரின் கதைகளையும் நாவல்களையும் ஊன்றிப் படிக்கும்போது இவ்விமரிசனமும் ஆதாரமுள்ளதென்று தெரியும். ஃபாக்னரின் பாத்திரங்கள் பெரும்பாலும் அபூர்வப் பிறவிகளாகவே அமைந்திருப்பதைக் காணலாம். இந்த விதத்தில் அவர், தன்னுடைய சம காலத்திய இன்னொரு அமெரிக்க இலக்கிய கர்த்தாவாகிய ஹெமிங்வேயிடமிருந்து முற்றிலும் மாறுபட்டவர்.

ஹெமிங்வேயும் ஃபாக்னரும் ஏறத்தாழ ஒரே கால கட்டத்தில்தான் எழுத முற்பட்டிருக்கிறார்கள். தங்களுடைய சிறந்த படைப்புக்களையும் எழுதி முடித்திருக்கிறார்கள். இருவருக்கும் ஆரம்பத்தில் பெயரும் புகழும் அவர்கள் நாட்டில் கிடைக்கவில்லை. பல ஆயிரம் மைல் தள்ளி உள்ள பிரான்ஸ் தேசத்தில்தான் கிடைத்தது. ஹெமிங்வே பல ஆண்டுகள் பாரிஸிலேயே குடியிருக்க, ஃபாக்னரையும் அவருடைய ஆப்த நண்பர்கள் பிரான்ஸிற்குச் சென்று ஓரளவு தன்னை நிலை நாட்டிக்கொண்டு பின் அமெரிக்கா திரும்பலாம் என்றுதான் வற்புறுத்தினார்கள். அதன்படியே ஃபாக்னரும் தன் ஊராகிய ஆக்ஸ்ஃபோர்டு (மிஸிஸிப்பி) விட்டுக் கிளம்பி நியூ ஆர்லியன்ஸ் என்ற துறைமுகப் பட்டினத்தை அடைந்தார். உடனே கப்பலில் இடம் கிடைக்கவில்லை என்ற காரணத்திற்காக ஃபாக்னர் அமெரிக்காவிலேயே தங்கிவிட்டார். பல ஆண்டுகள் கழித்து, அவர் பிரபல எழுத்தாளராக ஆன பிறகுதான் ஐரோப்பாவுக்குச் சென்றார். ஆனால் ஃபாக்னருக்கும் ஆரம்ப நாள் முதல் பிரான்ஸில் பாராட்டு இருந்திருக்கிறது.

இன்னொரு விதத்தில் ஹெமிங்வேக்கும் ஃபாக்னருக்கும் ஒற்றுமை உண்டு. அக்காலத்தில் மிகவும் செல்வாக்குப் பெற்றிருந்த ஷேர்வுட் ஆண்டர்ஸன் என்கிற எழுத்தாளர்தான் இருவரையும் எழுத ஊக்குவித்திருக்கிறார். ஹெமிங்வேயுடைய ஆரம்ப நாள் எழுத்துப் படைப்புக்கள் மிக வெளிப்படையாக ஷேர்வுட் ஆண்டர்ஸன் பாணியில் இருப்பதைக் காணலாம். ஃபாக்னரோ ஒரு தருணத்தில் ‘ஷேர்வுட் ஆண்டர்ஸனே

என் நாவல் அனைத்துக்கும் தந்தை' என்று கூறியிருக்கிறார். ஃபாக்னருடைய முதல் நாவலாகிய 'சோல்ஜர்ஸ் பே' என்கிற நூல் 1926இல் ஷேர்வுட் ஆண்டர்ஸனின் சிபாரிசின் பேரில்தான் வெளியாயிற்று. ஆனால் ஷேர்வுட் ஆண்டர்ஸனின் இலக்கிய ஆதிக்கத்தை உதறித்தள்ளி ஹெமிங்வே ஒரு நையாண்டிக் குறுநாவல் எழுதினார். அதேபோல ஃபாக்னரும் இன்னொரு சித்திரக்கார நண்பருடன் ஒரு நகைச்சுவை நூல் இயற்றினார். இருவருக்கும் ஷேர்வுட் ஆண்டர்ஸனுடைய நட்பு முறிவடைந்தது. ஆனால் அதன் பிறகு இருவரும் அவரவர்க்குரிய தனி முறையில் எழுதத் தொடங்கினார்கள். ஃபாக்னர் எழுதிக் குவித்த அளவுக்கு ஹெமிங்வேயால் முடியவில்லை. இருவரும் நோபல் பரிசு பெற்றார்கள். இதில் ஃபாக்னர் முந்திக்கொண்டார். அவருக்கு 1949ஆம் அண்டு இலக்கியப் பரிசு வழங்கப்பட்டது. ஹெமிங்வே பல ஆண்டுகள் கழித்துத்தான் அப்பரிசு பெற முடிந்தது.

ஃபாக்னர் குடும்பம் தலைமுறை தலைமுறையாக யுனைடெட் ஸ்டேட்ஸின் தென்பகுதியைச் சேர்ந்ததாக இருந்திருக்கிறது. ஃபாக்னருடைய கொள்ளுப் பாட்டனாரும், பாட்டனாரும் கடுமையான மயிர்க் கூச்சலெடுக்கும் அனுபவங்களை அனுபவித்திருக்கிறார்கள். ஃபாக்னரின் கொள்ளுப்பாட்டனாரை ஒரு நண்பர் கோபத்தில் நேருக்கு நேர் சுட்டிருக்கிறார். சுடப்பட்டவர் உடனே ஒரு கத்தியால் சுட்டவரைக் குத்தினார். துப்பாக்கிக் குண்டு ஆளைக் கொல்லவில்லை. ஆனால் கத்தியால் குத்தப்பட்டவர் இறந்துவிட்டார். கோர்ட்டில் கொலை வழக்கு நடந்தது. ஃபாக்னரின் கொள்ளுப் பாட்டனார் தற்காப்பு நிமித்தம் குத்த வேண்டியிருந்தது என்று விடுதலை செய்யப்பட்டார். ஆனால் கோர்ட்டு வெளியே மீண்டும் அவர் ஒரு கும்பலால் தாக்கப்பட்டார். இம்முறையும் அவரைத் தாக்கிய கும்பலில் ஒருவர் உயிரிழந்தார். மீண்டும் வழக்கு, மீண்டும் தற்காப்புக் காரணம் வைத்து விடுதலை.

அமெரிக்க உள்நாட்டு யுத்தத்திலும், அதன்பின் அப்பிரதேசத்திற்கு இரயில் பாதையிடுவதிலும் ஃபாக்னரின் கொள்ளுப் பாட்டனாருக்கும் பாட்டனாருக்கும் பெரும்பங்கு உண்டு. அவருடைய அறுபத்துநான்காவது வயதில் மிஸிஸிப்பி சட்டசபைத் தொகுதி தேர்தலில் வெற்றிபெற்றார். வெற்றிபெற்ற சில நேரத்திற்குள் தேர்தலில் அவரை எதிர்த்து நின்றவர் அவரைத் துப்பாக்கியால் சுட்டுவிட்டார்; இம்முறை குறிதவறவில்லை.

தம் முன்னோர்களின் தீவிரமும் உழைக்கும் சக்தியும் வில்லியம் ஃபாக்னரும் பெற்றிருந்தார். படிப்பில் சிறிது பின் தங்கியவராகத்தான் இருந்தார். ஆனால் பதினைந்து வயதில்

கவிதை எழுதுவதில் நாட்டம் இருந்திருக்கிறது. பதினேழாவது வயதில் ஃபிஸ் ஸ்டோன் என்ற நண்பர் ஃபாக்னருக்கு நல்ல இலக்கியங்களைப் படிக்கவும் இன்னமும் நன்றாக எழுதப் பயிலவும் தூண்டுதலாக இருந்திருக்கிறார். ஃபாக்னர் விரும்பிப் படித்த ஆசிரியர்கள்: ஜோஸஃப் கான்ராட், கான்ராட் அய்கின், ராபர்ட் ஃபிராஸ்ட், எஸ்ரா பவுண்டு மற்றும் ஷேர்வுட் ஆண்டர்ஸன், அமெரிக்கா முதல் மகா யுத்தத்தில் இறங்கியது.

அக்காலத்து எல்லா இளைஞர்களையும் போல ஃபாக்னரும் யுத்தத்தில் சேரப் போனார். ஆனால் அவரைச் சேர்த்துக் கொள்ளவில்லை. இருபது வயதில் அவருடைய உயரம் ஐந்தரை அடிகூட இல்லை. மிகவும் ஒல்லியாகவும் இருந்தார். அதனால் அவர் கனடாவுக்குச் சென்று பிரிட்டிஷ் விமானப் படையில்தான் சேர முடிந்தது. ஃபாக்னரை ஒரு யுத்த வீரர் என்றும் சண்டையில் படுகாயமுற்றவர் என்றும் சில வாழ்க்கைக் குறிப்புகள் கூறுகின்றன. ஆனால் உண்மையில் அவர் பயிற்சி கனடாவில் முடிவதற்குள் ஐரோப்பாவில் யுத்தம் நின்றுவிட்டது. அவருக்கு ஏற்பட்ட ஒரு காயம், சிறிது பலத்த காயம். ஆர்மிஸ்டிஸ் (சமாதான) தினத்தன்று அவரும் ஒரு நண்பரும் சிறிது அதிகப்படியான கேளிக்கைக்குப் பிறகு ஒரு பயற்சி விமானத்தை எடுத்துப் பறந்தார்கள்; விமானம் இறங்கும்போது நொறுங்கிவிட்டது.

இதற்குள் ஃபாக்னருக்கு இலக்கியத்தில் ஒரு தீவிரப் பிடிமானம் ஏற்பட்டுவிட்டது. யுத்தப் பயிற்சி பெற்றவர் என்ற சலுகையில் மிஸிஸிப்பி சர்வகலாசாலையில் அவர் சேர்ந்து படிக்க முடிந்தது. ஸ்பானிஷ், பிரெஞ்சு முதலிய அந்நிய மொழிகளையும் கற்றுக்கொண்டார். ஆனால் கல்வியை ஒரு வருடத்திற்கு மேல் பாடமாக அவரால் படிக்க முடியவில்லை. அவர் மாணாக்கனாகக் கல்லூரிப் பத்திரிகையில் எழுதியதில் ஒரு புதுமையும் நகைச்சுவையும் இருந்தன. அந்த சர்வகலா சாலை போஸ்ட் மாஸ்டர் உத்தியோகம் காலியாயிற்று. ஃபாக்னர் அந்த வேலைக்குச் சேர்ந்தார். இரண்டாண்டுகள் வேலை பார்த்து வேலையை நிரந்தரமாக்கிக் கொள்ள வேண்டப்பட்ட பரீக்ஷையையும் முடித்தார். ஆனால் அந்த வேலையைக் கீழ் வருமாறு ராஜினாமா செய்தார். "இரண்டு சல்லி கொடுத்து எந்த மடையனும் ஒரு தபால்தலை வாங்கிவிட முடியும், அதை வாங்கினான் என்பதற்காக நான் அவனுடைய எடுபிடி ஆளாகி என்னைக் குட்டிச்சுவராக்கிக் கொள்ள முடியாது." உண்மையில் ஃபாக்னர் மீது கவனக்குறைவு என்ற புகார்கள் ஏராளமாக வந்துகொண்டிருந்தன. அந்த வேலைக்குப் பிறகு அவர் இனி எழுதுவது தவிர வேறொன்றும் செய்வதில்லை என்று தீர்மானித்திருக்க வேண்டும்.

முதல் நாவல் வெளிவந்த ஐந்து ஆண்டுகளுக்குள் (1926-1931) ஃபாக்னர் ஐந்து நாவல்கள் எழுதி வெளியிடவும் முடிந்தது. அவர் புத்தகங்கள் விமரிசகர்களுக்குப் பிடித்தன. ஆனால் அதிகம் விற்பனையாகவில்லை. பிரான்ஸில் மட்டும் முதலிலிருந்தே ஃபாக்னர் பற்றி உயர்ந்த அபிப்ராயம் ஏற்பட்டிருந்தது. 'நான் ஒரு புயல் ஏற்படுத்திப் பணம் சம்பாதிக்காமல் விடப் போவதில்லை' என்று ஃபாக்னர் தனது ஆறாவது நாவலை வெளியிட ஏற்பாடு செய்து முடித்தார். அது ஐந்தாவதாக இருந்திருக்க வேண்டும். பிரசுரம் செய்பவர் முதலில் "அட கடவுளே, இதை எப்படி வெளியிடுவது? நாம் இருவரும் ஜெயிலிலல்லவா இருப்போம்?" என்றார். ஆனால் 'ஸாங்க் சுவரி' என்ற அந்த நாவலில் இருந்த பயங்கரம், கொலை, கற்பழிப்பு போன்ற அம்சங்கள் ஃபாக்னரை அந்த 1931ஆம் ஆண்டில் பிரபலமான எழுத்தாளராக்கிவிட்டன.

ஃபாக்னர் இறுதிவரையில் தம்முடைய நாவல்களில் குரூரமும் விபரீதச் சேர்க்கையும் பாப உணர்ச்சியும் பயங்கரமும் திசையற்ற மனநிலையும் பற்றியே அதிகம் எழுதினார். ஆனால் மிகவும் சூக்ஷ்மமான பார்வை கொண்டு மனித வாழ்க்கையின் அடித்தளத்தையே பிரதிபலிக்க எழுதினார் என்பதும் எல்லாரும் ஒத்துக்கொள்ளக்கூடியது. மனிதப் பிறப்பின் அபத்த நிலையும் இன்றையச் சூழ்நிலையை எதிர்த்துத் தாங்க சக்தியற்றவனாக மனிதன் இருப்பதும்தான் அவர் எழுதியதின் சாரம் என்பார்கள். (The absurdity of the human condition and modern man's inability to cope with existence.)

ஃபாக்னரைச் சிறந்த எழுத்தாளர் என்றாலும் அவர் பரவலாக விரும்பிப் படிக்கப்பட்ட எழுத்தாளர் என்று கூறிவிட முடியாது. அவருடைய வாழ்க்கைப் பார்வை, சொல்லும் கருத்து, உபயோகிக்கும் நடை இவை எல்லாமே வாசகன் முயற்சி எடுத்துக்கொண்டால்தான் புரிந்துகொள்ள முடியும். மேற்போக்காகப் பார்த்தால் குரூரமும் விபரீத இன உணர்ச்சியும் நிறைந்திருப்பது போலிருந்தாலும் ஃபாக்னர் சில ஆழ்ந்த உண்மைகளை நிதரிசனமாகக் கண்டுகொண்டுதான் இலக்கியம் படைத்திருக்கிறார். நோபல் பரிசு வைபவத்தில் அவர் ஆற்றிய உரை பொருள் செறிந்தது. "இன்றைய துர்ப்பாக்கியம், இப்போது எழுத வரும் இளம் எழுத்தாளனுக்கு மனித ஆத்மா பற்றி நினைவேயிருப்பதில்லை. அந்த அடித்தளம்தான் நல்ல இலக்கியம் தரும்; அதுதான் எழுதுவதற்கே தகுதியுள்ளது ... அதைத்தான் அவன் கற்றுக்கொள்ள வேண்டும். இதய பூர்வமான ஆதார சக்திகளான அன்பு, கண்ணியம், பரிவு, தீரம், காருண்யம், தியாகம் இதெல்லாம் அவன் கற்றுக் கொள்ளும் வரை அவன் எழுதுவதெல்லாம் நாசகாலப் படைப்பாகத்தான் இருக்கும்.

ஆனால் மனிதன் அழிவற்றவன். அதை உணர்ந்தவன் எழுத்துதான் சத்தியமான எழுத்தாகும்.”

கடினமான எழுத்தாளர் என்று பெயர் பெற்றிருந்தாலும் ஃபாக்னர் பல திரைப்படங்களுக்குத் திரைக்கதை அமைத்துக் கொடுத்திருக்கிறார். ‘ஸாங்க்சுவரி’ நாவல் வெளியான ஆண்டிலிருந்தே அவர் அடிக்கடி ஹாலிவுட் போக வேண்டியிருந்திருக்கிறது. அவருடைய நாவல்களில் மிகச் சிலதான் படமாக்கப்பட்டன. அவை பெரும் வெற்றிப் படங்களாகவில்லை. ஆனால் ஹெமிங்வேயுக்குத் திரைப்படத்திடமும் திரைப்படக் காரர்களிடமுமிருந்த ஒரு வெறுப்பு ஃபாக்னரிடம் இல்லை. இவ்விஷயத்தில் பரந்த மனப்பான்மை கொண்ட ஃபாக்னர் சிலவற்றில் தீவிர நோக்குக் கொண்டிருந்தார். அமெரிக்க சுப்ரீம் கோர்ட்டு 1954இல் தென்பகுதிப் பள்ளிகளில் நீகிரோவும் இடம் பெறவேண்டும் என்று இட்ட உத்தரவை ஃபாக்னர் எதிர்த்தார். ஆனால் அவருடைய முக்கியமான ஒரு நாவலை ஒரு நீகிரோ தாதிக்குத்தான் சமர்ப்பணம் செய்திருந்தார்.

ஃபாக்னரைக் கூச்சம் மிகுந்தவர் என்று சொல்வார்கள். அகம்பாவம் பிடித்தவர் என்றும் கூறுவதுண்டு. அவர் வெளி மனிதர்களுடன் அதிகமாகக் கலந்துகொள்ளவில்லை. சில வேளைகளில் தூக்கி எறிந்து பேசிவிடுவார். ஜனாதிபதி கென்னடி நோபல் பரிசுபெற்ற அமெரிக்கர்களுக்கு அளித்த விருந்துக்கு ஃபாக்னர் போகவில்லை. ‘ஒரு வேளைச் சாப்பாட்டுக்காக நூற்றுக்கணக்கான மைல் நான் போக முடியாது’ என்று ஃபாக்னர் அழைப்பை நிராகரித்துவிட்டார். நோபல் பரிசு வைபவத்திற்குக் கூட அவர் பெண்ணுக்கு பாரிஸ் நகரத்தைச் சுற்றிக் காட்டலாம் என்ற காரணம் கொண்டுதான் அவர் போனதாகக் கூறுவார்கள்.

ஃபாக்னருடைய குடிப் பழக்கத்தைப் பற்றியும் விசேஷமாகக் குறிப்பிடுவார்கள். இதையும் அவர் ஜனத்திரளை வெறுத்து ஒதுங்கிவாழ விரும்பியதையும் அவருடைய இலக்கியப் படைப்புகளில் ஊடுருவியிருக்கும் அசாதாரணப் பாத்திர அமைப்பும் ஃபாக்னரே இளம் வயதிலிருந்து ஆழ்ந்த ஆன்மீகக் கிளர்ச்சிக்குட்பட்டவர் என்று புலப்படுகிறது. ஃபாக்னரின் எழுத்துக்களில் நிறைய நகைச்சுவை உண்டு. ஆனால் அந்த நகைச்சுவையும் அசாதாரணமானதாக இருக்கும். துயரமும் அதே சமயத்தில் நிறைய நகைச்சுவையும் கூடிய அவருடைய ‘ஆஸ் ஐ லே டையிங்’ என்கிற நாவல் முழுவதும் ஒரு பிரேத அடக்கத்தைப் பற்றியது.

ஃபாக்னர் கவியாகப் பிரபலமடையாத போதிலும் அவர் உரைநடை கவித்துவம் பெற்றது என்று கருதப்படுகிறது. அவரையும்

எலியட்டையும் ஒப்பிட்டுப் பார்ப்பதுண்டு. எலியட் மறைந்து போகும் சமுதாயம் குறித்துத் துயரம் தோன்ற எழுதினார் என்றும், பாக்னர் ஒவ்வொரு மனிதனும் அவனுக்குக் கடந்துபோன சிறு பிராயத்தை எண்ணி ஏங்குவது பற்றி எழுதினார் என்றும் விவரிப்பதுண்டு. ஸார்ட்டர், ஃபாக்னர் பற்றியும் அவருடைய நாவல்கள் பற்றியும் தனித்தனிக் கட்டுரைகள் விரிவாக எழுதியிருக்கிறார். ஸார்ட்டர், ஃபாக்னருடைய நாவல்களைச் சிறந்த தத்துவ விளக்கங்களாகக் கருதினார்.

நோபல் பரிசு கிடைத்த பிறகுதான் ஃபாக்னருக்கு முக்கிய அமெரிக்க இலக்கியப் பரிசான புலிட்ஸர் பரிசு 1954இல் அளிக்கப்பட்டது. அதைத் தொடர்ந்து மூன்று வருஷங்களுக்குப் பிறகு அவர் வர்ஜீனியா சர்வகலாசாலையில் வசிக்க அழைக்கப்பட்டார். மாணவர்களுடன் அவர் சிந்தனைகள் பற்றியும் அவர் உத்திகள் பற்றியும் நிறையப் பேசினார். மாணவர்கள் அவரை அதிகம் புரிந்துகொள்ள இயலாமல் போனாலும் அநேகருடன் அவர் சகஜமாகப் பழக அது ஒரு வாய்ப்பாக இருந்தது. வர்ஜீனியாவிலேயே ஒரு வீடு வாங்கிக் கொண்டு குடியேறினார். 1962இல் நியூயார்க் நகர 'அமெரிக்கன் அகாடமி ஆஃப் ஆர்ட்ஸ் அண்ட் லெட்டர்ஸ்' என்ற கழகத்தில் உரை நிகழ்த்தச் சென்றார். அப்படியே வெஸ்ட் பாயிண்ட் என்னுமிடத்தில் உள்ள அமெரிக்க ராணுவப் பயிற்சிச் சாலைக்குச் சென்று தன் இறுதி நூலாகிய 'ரீவர்ஸ்' என்கிற நாவலிலிருந்து சில பகுதிகளையும் படித்துக் காட்டினார். ஜூன் மாதத்தில் அவர் பிறந்த இடமாகிய ஆக்ஸ்ஃபோர்டு (மிஸிஸிப்பி) சென்றார். ஜூலை 6ஆம்தேதி காலை அவர் எழுந்திருக்கவில்லை. மாரடைப்பால் மரணம் என்று அறிவிக்கப்பட்டது.

தீபம், 1967

~

மௌனி

சென்ற மாதம் சிதம்பரம் செல்ல வேண்டிய நண்பர் ஒருவருக்காக மௌனியின் புதிய முகவரியை விசாரிக்க வேண்டியிருந்தது. அப்போதே மௌனி அதிக நாட்கள் நம்மிடையே இருக்க மாட்டார் என்று தகவல் கிடைத்தது. எழுபத்தேழு வயதில் ஒருவர் படுத்த படுக்கையாகக் கிடக்கும்போது எல்லாருக்குமே நம்பிக்கை குறைவாகத் தோன்றுகிறது. ஆனால் மௌனியைச் சந்திக்கச் சென்ற (முன் குறிப்பிட்ட) நண்பருக்கு அப்படித் தோன்றவில்லை. மௌனி அவருடன் விரிவாகவும் தீவிரமாகவும் பேசி விவாதித்து இருக்கிறார். ஆனால் ஜூன் 7ஆம் தேதி மௌனியின் பூத உடல் வாழ்வு முடிந்துவிட்டது.

'மணிக்கொடி' பத்திரிகையும், அதுவும் குறிப்பாக பி.எஸ். ராமையாவும்தான் ஐம்பது ஆண்டுகளுக்கு முன் எஸ். மணி என்று சுகவாசியாக இருந்த சிறுநகர இளைஞரை மௌனி என்ற எழுத்தாளராக மாற்றக் காரணமாயிருந்ததை இன்று பலர் அறிவார்கள். இருபதாம் நூற்றாண்டுத் தமிழ் இலக்கிய வரலாறு எழுதும் எல்லாத் தமிழ்ப் பேராசிரியர்களும் விரிவுரையாளர்களும் தவறாமல் மௌனியைக் குறிப்பிடுகிறார்கள். இதைச் செய்வது நேரிடையான இலக்கிய அனுபவத்தினால் அல்ல என்பதும் பல வரலாறுகளில் ஒரு மாதிரி விளங்கிவிடுகிறது. உரை நடைக்குள்ளதோர் குணம் ஒருவர் ஒரு நூல் அல்லது இரு நூல்கள் எழுதி எழுத்தாளர் அந்தஸ்து பெற்று விட முடிவதில்லை. இரு மெல்லிய புத்தகங்களுக்குள் அடங்கும் அளவே எழுதிய மௌனி, உரைநடையில் இப்பொது விதிக்கு ஒரு விதிவிலக்கு.

மௌனியின் உரைநடையும் விதிவிலக்கு என்பது அதைப் படித்த அனைவருக்கும் தெரிந்துவிடும். மௌனி பண்டிதர் போன்று தமிழ் படித்தவர் அல்ல. அவர் அறிந்த அன்றாட வாழ்க்கைத் தமிழே அவருடைய இலக்கியத் தமிழும் ஆகும். அன்றாட மொழிநடைக்கும் விசேஷப் பரிமாணங்களை அளித்து எழுதியதுதான் மௌனி எழுத்தின் சிறப்பம்சம்.

மௌனி எழுத்தில் வடித்த பரிமாணங்கள் ஒரு சாதாரண மனிதன் இன்றும் என்றும் உட்படக்கூடிய மனச்சலனங்கள். ஓர் எண்ணம் நம் மனதில் துவங்கி அது முடிவதற்குள் பல சலனங்கள் நிகழ்ந்துவிடுகின்றன. ஒரு வாக்கியத்திலேயே இப்படிப் பல சலனங்களைப் பிரதிபலிக்கச் செய்தவர் மௌனி. மேலும் தமிழில், உரைநடையில் இப்படிச் செய்யலாம் என்று முதலில் நிரூபித்துக் காட்டியவர் அவரே. தமிழ் அதுவரை அறியாத வளைவு, சுழிவுகளை அவர் வெகு சுதந்திரமாகச் செய்து காட்டியது அவர் முறையான தமிழைப் படித்திருந்தால் சாத்தியமாகியிருக்காது. வருங்காலத்திலும் மௌனி ஒரு விசேஷமான இலக்கியவாதியாக அறியப்படுவாரானால் அது அவர் தமிழ் மொழிநடைக்குத் தந்த புதிய வடிவங்களால்தான் இருக்கும்.

மௌனியை விளக்க முற்பட்ட அவருடைய அபிமானிகளின் கட்டுரைகள் பல வெளிவந்திருக்கின்றன. ஆனால் ஒரு நல்ல வாசகன் மௌனியை நேரடியாகவே அணுகுவதே பொருத்த மானதும் பயனுள்ளதுமாகும். அவர் எழுதி வெளியிட்ட சிறுகதைகள் அனைத்தும் ஒருசேரக் கிடைத்தால் இரண்டுமணி நேரத்துக்குள் படித்துமுடித்துவிடலாம். அந்த இரண்டுமணி நேரம் அந்தத் தமிழ் வாசகனுக்கு மிகவும் சிறப்பானதாக இருக்கும்.

தீம்தரிகிட, 1985

தி. ஜானகிராமன்

ஒருவர் அந்தரங்கமாகப் பழகிவிட்டால் அவர் பேராற்றல் படைத்தவரானாலும் அவருடைய மனிதப் பண்புகள்தான் முதலில் நினைவுக்கு வருகிறது. வியாழன் நவம்பர் 18 பிற்பகல் சுமார் ஒரு மணிக்கு தி. ஜானகிராமன் இறந்துவிட்டார் என்ற செய்தி எனக்குக் கிடைத்தபோது அவர் எனக்காக வெயிலில் வாடி வதங்கிய தருணங்கள்தான் உடனே மனதில் தோன்றின. ஏனோ நாங்கள் இருவரும் நெடுநேரம் பேசியதெல்லாம் நல்ல வெயில் நேரமாக இருந்திருக்கிறது. அவர் டில்லிக்குக் குடிபோகும் முன் சென்னையில் வசித்த நாட்களில் சைக்கிளில்தான் எங்கும் போவார், வருவார். இருபது வருடங்களுக்கும் மேலாகிறது: என்னுடைய கதை முதன்முதலாக 'இல்லஸ்டிரேடட் வீக்லி'யில் வெளியாகியிருந்தது. ஜானகிராமன் வழியில் என்னைப் பார்த்து சைக்கிளை நிறுத்தினார். நல்ல புரட்டாசி வெய்யிலைப் பொருட்படுத்தாமல் ஒரு மணிநேரம் பேசிக்கொண்டிருந்தோம். அவருக்கு மிகவும் பெருமை, சந்தோஷம்.

இன்னொரு சித்திரைப் பகல், கடுமையான வெயில். "சிதம்பர சுப்பிரமணியத்துக்கு உடம்பு சரியில்லையாம். போய்ப் பார்த்துவிட்டு வருவோம்" என்றார். அவர் வைத்திருந்த முகவரிக்குப் போனோம். அங்கு சிதம்பர சுப்பிரமணியன் இல்லை. அடுத்த வீட்டுக்குப் போனோம். அங்கும் இல்லை. ஒவ்வொரு வீடாக அந்தத் தெருவில் இருந்த அனைத்திலும் விசாரித்தோம். யாரும் எழுத்தாளர் சிதம்பர சுப்பிரமணியன் பற்றிக் கேள்விப்பட்டது

கிடையாது. அன்று மாலையே ஜானகிராமன் டில்லி திரும்ப வேண்டியிருந்தது. ஒரு வாரம் பொறுத்துச் சரியான முகவரி தெரிந்துகொண்டு நான் சிதம்பர சுப்பிரமணியன் வீட்டுக்குப் போனேன். அந்தத் தெருவே வேறு. அவரை எனக்குப் பார்க்க வாய்ப்பில்லை. அன்று அவர் காலமாகிவிட்டிருந்தார்.

இந்தத் தீபாவளிக்கு மறுநாள் நானும் எழுத்தாளர் ராஜரங்கனும் ஜானகிராமனைப் பார்க்கப் போயிருந்தோம். அவர் வீட்டில் இல்லை. ஆஸ்பத்திரியில் சேர்த்திருந்தார்கள். நெருக்கடி ஒன்றும் இல்லை, சில பரிசோதனைகளை ஒழுங்காகச் செய்துபார்க்கத்தான்… நல்ல வெயில். இப்போது சிரமப்படுத்த வேண்டாம். ஒரு மாலைப் பொழுதில் போய்ப் பார்க்கலாம் என்று திரும்பிவந்துவிட்டோம். அந்த மாலை வருவதற்குள் அவர் போய்விட்டார்.

ஜானகிராமனின் கலையுணர்வு அவருடைய சிறுகதைகளிலும் நாவல்களிலும் எல்லோருக்கும் தெரியக் கிடைக்கும். ஆனால் சாதாரண அன்றாடப் பேச்சுவார்த்தைகளிலும் செய்கைகளிலும் கூட அவருடைய மென்மையான, பண்பட்ட தன்மை அவரோடு நெருங்கிப் பழகியவர்களுக்குத்தான் தெரியும். அவருக்கு யாரையும் வெறுக்க முடிந்திருக்க முடியாது. அதனால்தான் அவருடைய படைப்புக்களில் முற்றிலும் தீய பாத்திரம் என்று ஒன்று கிடையாது. குரோதமும் துவேஷமும் எப்போதோ வெளிப்படச் சந்தர்ப்பச் சூழ்நிலைதான் காரணம். ஜானகிராமன் நிறைய எழுதியும் சாவு அவருடைய கவனத்தை அதிகம் பெற்றதில்லை. மனித சிருஷ்டியின் நிரந்தரத் தன்மைதான் அவருள் நிறைந்திருக்க வேண்டும். தஞ்சாவூர் மண் வாசனையைத் தமிழ் உரைநடையில் வடித்தவர் என்று எல்லோரும் அவரை அடையாளம் கூறுகிறார்கள். அதைவிடத் தஞ்சாவூர் போன்ற நீண்ட பாரம்பரியம் உடைய கலாசாரத்தின் பிரதிநிதிகள், சமரசங்கள் மிகுந்த இன்றைய வாழ்க்கையில் தங்களைப் பொருத்திக்கொள்ள முயலும் ஆழ்ந்த துன்பத்தைத்தான் அவர் பிரதிபலிக்க முயற்சி செய்தார் என்பதுதான் பொருத்தமானது. ஜானகிராமனின் பெண் பாத்திரங்கள் பெரிதும் விவாதிக்கப்பட்டவை. ஜானகிராமனின் மகோன்னதப் பாத்திரங்களும் பெண்கள்தான். அவருடைய சிறந்த படைப்புகளாக 'மோக முள்'ளையும் 'அம்மா வந்தாளை'யும் கூறுகிறார்கள். ஆனால் அவருடைய பாத்திரங்கள் பரிபூரணமாக – வெளிப்பட்ட நாவல் 'உயிர்த் தேன்' என்றே தோன்றுகிறது.

ஜானகிராமன் எழுதின நாடகங்கள் (நாலு வேலி நிலம், வடிவேலு வாத்தியார், டாக்டருக்கு மருந்து) எஸ்.வி. சகஸ்ர

நாமத்திற்காக அவருடைய உந்துதலில் எழுதப்பட்டவை. ஜானகிராமனோடு நெருங்கிப் பழக எனக்கு வாய்ப்பு ஏற்பட்டதே சகஸ்ரநாமம் வீட்டில்தான். கலாசாகரம் ராஜகோபால், என்.வி. ராஜாமணி, கு. அழகிரிசாமி, பி.எஸ். ராமையா, முகவை ராஜமாணிக்கம் என ஒரு தமிழ்க் கலை இலக்கியத்திற்கு சகஸ்ரநாமத்தின் சேவா ஸ்டேஜ் மையமாக இருந்தது.

யாரையும் உற்சாகப்படுத்துவது ஜானகிராமனின் இயல்பு. அதனாலேயே ஒவ்வொரு தலைமுறையிலும் அவருக்கு ஏராளமான நண்பர்கள் உண்டு. பல இந்திய மொழிகளிலும், ஆங்கிலத்திலும் ரஷ்ய மொழியிலும் அவருடைய நாவல்கள் மொழி பெயர்க்கப்பட்டு ரசிக்கப்பட்டிருக்கின்றன. உலகின் பல நாடுகளில் இலக்கியக் குழுவினர் மதிக்கும் தமிழ் எழுத்தாளர்களில் அவர் தனி இடம் பெற்றவர்.

சாகித்ய அகாடமிப் பரிசு ஜானகிராமனுக்கு அளிக்கப் பட்டது பற்றி எல்லா அரசு செய்தி ஸ்தாபனங்களும் குறிப்பிட்டிருக்கின்றன. ஆனால் அது அவருக்கு மறுக்கப்பட்ட பல ஆண்டுகளில் அகாடமி குழுவினரின் விவாதங்களை யாராவது வெளிப்படுத்த முடியுமானால் பல விசித்திரமான தகவல்கள் தெரிய வரலாம்.

மரணம் எப்போது நேர்ந்தாலும் அதிர்ச்சியாகத்தான் இருக்கிறது. ஜானகிராமன் மறைவு பற்றிக் கேள்விப்பட்டவுடன் நானும் 'ஐய்யய்யோ' என்றுதான் கத்தினேன். வெயில் திடீரென்று சகிக்க முடியாத தீவிரத்தை அடைந்த மாதிரி இருந்தது.

ஜானகிராமன் கடைசியாக சுவாசம்விட்டு அமைதி அடைந்தபோதும் நல்ல வெயில் அடித்துக் கொண்டிருந்தது.

கல்கி, 1982

நாரண துரைக்கண்ணன்

எந்த மொழியிலும் எந்த நாட்டிலும், இலக்கியப் பரிசுகளும் விருதுகளும் சர்ச்சைகளை எழுப்பாது இருப்பதில்லை. ஒரு படைப்பை ஒருவர் படித்தாலே நேரடியான அனுபவம் பெற இயலுகிறது. அந்த முறையில் இலக்கியம் ஒவ்வொருவரின் தனித்த அனுபவமாகிறது. இதனாலேயே இலக்கியம் குறித்துச் சர்ச்சைகள் எழுவது தவிர்க்க முடியாததாகிறது.

அண்மையில் தமிழக அரசு நிறுவிய 'திரு.வி.க. விருது' இவ்வாண்டு முதுபெரும் தமிழ் எழுத்தாளராகிய நாரண துரைக்கண்ணன் அவர்களுக்கு வழங்கப்படுவது குறித்துப் பலரும் மகிழ்ச்சியடைவார்கள். எண்ணற்ற வாசகர்கள் நினைவில் 'ஜீவா' என்னும் பெயரில் மதிப்புக்குரிய இடம் பெற்றிருக்கும் நாரண துரைக்கண்ணன், நவ தமிழ்ப் படைப்பிலக்கிய வரலாற்றில் குறிப்பிடத் தக்கதொரு பங்கு வகிக்கிறார். சுமார் ஐம்பது ஆண்டு களுக்கு முன்னர் புதுத் தமிழ்ப் படைப்பிலக்கியம் ஒரு தடத்தில் எழுத்தாளர் கல்கியின் தலைமையில் விரிவடையத் தொடங்கியபோது, வேறு சில தடங்களிலும் இலக்கிய இயக்கங்கள் தோன்றி, புதுத் தமிழ் எழுத்துக்கு வளமூட்டின. இந்த மாற்று அணி உருவாக உழைத்தவர்களில் நாரண துரைக்கண்ணனும் முக்கியமானவர் என்று பலர் அறிய வாய்ப்பிருக்காது. அவர் ஆசிரியப் பொறுப்பேற்ற 'பிரசண்டவிகடன்' கல்கி பணி புரிந்த 'ஆனந்த விகடன்' அளவுக்குப் பெருவீச்சுப் பெறவில்லையானாலும், ஆழமான சில தடங்களை விட்டுச் சென்றிருக்கிறது. எழுத்தார்வம் கொண்ட

பல இளைஞர்கள் 'பிரசண்டவிகடன்' மூலம் தங்களைச் செழுமைப்படுத்திக் கொண்டார்கள். அப்பத்திரிகை வாயிலாக மட்டுமல்லாமல் நாரண துரைக்கண்ணன் அநேக இளம் எழுத்தாளர்களுக்கு உரிய தருணத்தில் ஊக்கமும் அறிவுரையும் தந்து மேம்படச் செய்திருக்கிறார்.

எழுபதைத் தாண்டிய இந்தப் பழுத்த வயதிலும் நாரண துரைக்கண்ணன் அவர்களை இன்னும் எழுத்தாளர் கூட்டங்களிலும் குழுக்களிலும் காணக்கூடும். இளைஞர், புதியவர் என்று வித்தியாசம் பாராட்டாமல், அவருடைய நேரத்தையும் கவனத்தையும் யாதொரு தயக்கமுமின்றி அனைவருக்கும் வழங்கும் இனிய சுபாவம் அவருடையது. என்னுடைய சொந்த அனுபவத்திலேயே அவருடைய அன்புள்ளத்தை உணரும் நல் வாய்ப்பு எனக்குக் கிட்டியிருக்கிறது.

எழுத்துப் பணிக்கு முழுநேரமும் அர்ப்பணிக்க முன்வந்த ஒருசில தமிழ் எழுத்தாளர்களில் ஒருவரான நாரண துரைக்கண்ணன், நாவல், சிறுகதை, நாடகம், மொழி பெயர்ப்பு முதலிய பல துறைகளில் ஈடுபட்டுச் சுமார் நூறு நூல்கள் படைத்திருக்கிறார். 'உயிரோவியம்', 'நடுத்தெரு நாராயணன்' 'தரங்கிணி' வாசகர்கள் மத்தியில் மிகவும் கவனம் பெற்ற நாவல்கள். ஐம்பது ஆண்டுகள் முன்னரே அவர் 'தீண்டாதார் யார் ?' என்ற தலைப்பில் நாடகம் படைத்திருக்கிறார். தமிழ் நாடு சங்கீத நாடக சங்கமும், தமிழ் எழுத்தாளர் சங்கமும், அவருக்கு விருது வழங்கி, கௌரவித்திருக்கின்றன. அவருடைய 'உயிரோவியம்' இந்தியில் மொழிபெயர்க்கப்பட்டுள்ளது.

நாரண துரைக்கண்ணனின் எழுத்தில் பண்பும் ஒழுக்கமும் முக்கியச் செய்திகளாகும். அவருடைய நாவல்களில் மிக புகழ் பெற்றதும் பல பதிப்புகள் வெளிவந்ததுமான 'தரங்கிணி' ஆசிரியரின் வாழ்க்கைக் கண்ணோட்டத்தையும் ஆதர்ச எண்ணங்களையும் புலப்படுத்தக் கூடியது. இது பாத்திரத் தேர்வு மூலமும், குணவளர்ப்பு மூலமுமே சாதிக்கப்படுகிறது. இதே நாவலில் இந்தியாவில் கிறிஸ்தவ மதம் நிலையான இடம் பெற்றிருப்பதற்கான காரணம் ஒரு சிறு விவாதத்தில் அழகாக எடுத்துரைக்கப்படுகிறது. 'எம்மதமும் சம்மதம்' என யாரும் மேலோட்டமாகக் கூறிவிடலாம்; ஆனால் மதங்களின் நுணுக்கங்களை நன்கு சிந்தித்து, ஆராய்ந்து, அதன் பின்னரே இத்தகைய சகஜ நிலையை நாரண துரைக்கண்ணன் கொண்டிருப்பதை அவருடைய எழுத்தில் காணலாம்.

எந்தவொரு கால கட்டத்திலும், இலக்கிய ஆர்வத்தைத் தூண்டவும் வளர்க்கவும் சிறந்த படைப்புகள் மட்டும்

போதுமானதாவதில்லை. அரவணைத்துச் செல்லும் பண்பும் ஊக்குவிக்கும் இயல்பும் தயக்கமின்றித் தலைமை தாங்க முன்வரும் மனஉறுதியும் படைத்த சில அறிஞர்கள் தேவைப்படுகிறது. இந்த நூற்றாண்டில் தமிழ்மொழிக்கு வாய்த்த அத்தகையோரில் நாரண துரைக்கண்ணனும் ஒருவராவர். இளம் எழுத்தாளரிடையே இலக்கிய ஆர்வத்தைத் தூண்டிப் பிரகாசமடையச் செய்த அவருடைய பணி வெகுகாலம் போற்றப்படும். இவ்விருது சிறிது காலம் தாழ்த்தியே வருவது. ஆனால் இதுவே நாரண துரைக்கண்ணன் அவர்களது பணியை நாம் நினைவுபடுத்திக் கொள்ள நல்லதொரு சந்தர்ப்பமாகும்.

திட்டம், 1980

மீண்டும் வில்லியம் ஃபாக்னர்

வில்லியம் பாக்னருக்கு 1932ஆம் ஆண்டில் நிறையப் பேரும் புகழும் வந்துவிட்டது. பணம்தான் அவ்வளவு வரவில்லை. பண விஷயத்தில் இக்கட்டான காலம் என்றுகூடச் சொல்லலாம்.

'சினிமாவிற்கு எழுத ஏதாவது சந்தர்ப்பம் கிடைக்குமா' என்று ஃபாக்னர் தன் நண்பர் ஒருவரிடம் விசாரித்தார். நண்பர் என்ன செய்தாரோ தெரியாது, சில நாட்களுக்குப் பிறகு ஃபாக்னருக்கு எம்.ஜி.எம். ஸ்டூடியோவிலிருந்து, 'இந்த வாரச் சம்பளம்' என்றொரு செக் வந்தது; அடுத்த வாரமும் வந்தது; அதற்கடுத்த வாரமும் வந்தது. ஃபாக்னர் தன் நண்பரிடம் இதுபற்றிக் கேட்டார். நண்பர், "வருகிற பணத்தை வாங்கி வைத்துக்கொள்" என்றார். ஃபாக்னர் வசித்துவந்த இடம் மிஸிஸிபி மாகாணத்தில், ஆக்ஸ்போர்டு என்ற சிற்றூர். எம்.ஜி.எம். ஸ்டூடியோ இருப்பது அங்கிருந்து சுமார் இரண்டாயிரம் மைல் தள்ளி இருக்கும் ஹாலிவுட்டில்.

ஆறு மாதம் சென்றது. ஒருநாள் 'வில்லியம் ஃபாக்னரே! எங்கேயிருக்கிறீர்? – எம்.ஜி.எம். ஸ்டூடியோ' என்றொரு தந்தி ஃபாக்னருக்கு வந்தது. அன்றுவரை, அதாவது 1932 நவம்பரிலிருந்து 1933 மே மாதம் வரை, அதே எம்.ஜி.எம். ஸ்டூடியோவிலிருந்து வாரா வாரம் அவருக்குச் சம்பளம் மட்டும் தபாலில் வந்துகொண்டிருந்தது! வந்த தந்திக்கு என்ன பதில் தருவதென்று புரியாமல், 'என் மனமார்ந்த புத்தாண்டு வாழ்த்துக்கள்!' என்று ஃபாக்னர் பதில் தந்தி கொடுத்தார். உடனே, எம்.ஜி.எம்.

ஸ்டூடியோவிலிருந்து அவசரத் தந்தி வந்தது: 'ஃபாக்னர், உடனே ஒரு விமானத்தைப் பிடித்து நியூ ஆர்லியன்ஸ் என்ற இடத்திற்குச் சென்று, அங்கு எம்.ஜி.எம். படமொன்றை டைரக்ட் செய்து கொண்டிருக்கும் பிரௌனிங் என்ற நபரைப் பார்க்க வேண்டும்.' ஃபாக்னர் இருந்த ஆக்ஸ்போர்டு என்ற ஊரிலிருந்து ரயில் ஏறினால் அடுத்த நாள் நியூ ஆர்லியன்ஸ் போய்விடலாம். அந்த நாளில் அங்கு விமானப் போக்குவரத்து, வாரம் ஒரு முறைதான். ஆனால், ஸ்டூடியோ உத்தரவை மீறாமல் ஃபாக்னர் விமானத்திலேயே நான்குநாள் கழித்து நியூ ஆர்லியன்ஸ், அடைந்தார். படப்பிடிப்புக் குழுவுடன் பிரௌனிங் ஒரு பிரம்மாண்டமான ஓட்டலில் தங்கியிருந்தார்.

"நீங்கள்தான் ஃபாக்னரா? சரி, நீங்கள் என்ன செய்ய வேண்டும், என்ன எழுத வேண்டும் என்று அந்த கான்ட்டின் யுட்டிக்காரரைப் பார்த்துத் தெரிந்துகொண்டு வாருங்கள்" என்று ஃபாக்னரை ஓர் அறைக்கு அனுப்பிவைத்தார். கான்ட்டின்யுட்டிக்காரர் ஃபாக்னரை "வசனம் எங்கே?" என்று கேட்டார்.

"வசனமா? எதைப் பற்றி?" என்று கேட்டார் ஃபாக்னர்.

"வசனம் எழுதிவிட்டீர்களா, இல்லையா?"

"கதை என்ன? அதுவே எனக்குத் தெரியாதே!"

"நீங்கள் முதலில் வசனம் எழுதிக்கொண்டு வாருங்கள். அப்புறம் நான் கதையைக் காட்டுகிறேன்" என்று கான்ட்டின் யுட்டிக்காரர் சொல்லிவிட்டார்.

ஃபாக்னர், பிரௌனிங்கிடம் வந்து சொன்னார். அதற்கு, "அந்தப் பித்துக்குளி அப்படியா பேசினான்? நீங்கள் எதற்கும் கவலைப்படாதீர்கள். உங்கள் அறைக்குப் போய் நன்றாக ஓய்வெடுத்துக்கொள்ளுங்கள். நாளை பார்த்துக்கொள்ளலாம்" என்று பிரௌனிங் சொன்னார்.

அடுத்த நாள் பிரௌனிங் மிகப் பெரிய மோட்டார்ப் படகு ஒன்றை அமர்த்திக்கொண்டு, படம் எடுக்கக்கூடிய இடங்களைத் தேர்ந்தெடுக்க ஃபாக்னரையும் கூட அழைத்துப்போனார். அங்கிருந்து நூறுமைல் தள்ளி இருக்கும் ஒரு தீவுக்குச் சென்று, பொழுது சாய, நியூ ஆர்லியன்ஸ் திரும்பினார்கள். அடுத்த நாளும் அப்படியே. அதற்கு அடுத்த நாளும் அப்படியே. மூன்று வாரங்கள் சென்றன. பிரௌனிங்கிடம் அவ்வப்போது ஃபாக்னர் மட்டும் "கதை..!" என்று இழுப்பார். உடனே அவரும் "நீங்கள் எதற்கும் கவலைப்படாதீர்கள். உங்கள் அறைக்குப் போய் நன்றாக

ஓய்வெடுத்துக்கொள்ளுங்கள். நாளை பார்த்துக்கொள்ளலாம்" என்று சொல்லிவிடுவார்.

ஒருநாள் எங்கெல்லாமோ பிரௌனிங்குடன் அலைந்து திரிந்துவிட்டு மாலையில் ஃபாக்னர், தன் அறைக்குச் சென்றதும், டெலிபோனில் "நான்தான் பிரௌனிங். உடனே, என் அறைக்கு வாருங்கள்" என்று அவர் குரல் ஒலித்தது.

ஃபாக்னர், பிரௌனிங் அறைக்குச் சென்றார். பிரௌனிங் ஒரு தந்தியை அவரிடம் நீட்டினார்.

"ஃபாக்னர், நீங்கள் இந்த நிமிஷமே டிஸ்மிஸ், எம்.ஜி.எம். ஸ்டூடியோ" என்றிருந்தது.

ஃபாக்னர் பேச வாயெடுப்பதற்குள் பிரௌனிங் முந்திக் கொண்டார். "இந்தக் கான்ட்டின்யுட்டிப் பித்துக்குளியின் விஷமம் இது. பரவாயில்லை. அங்கே ஹாலிவுட்டில் பெரியவர் இருக்கிறார். அவரும் ஒரு பித்துக்குளி. நான் இப்போதே டெலிபோன் செய்து எல்லாவற்றையும் சரிசெய்துவிடுகிறேன். நீங்கள் எதற்கும் கவலைப்படாதீர்கள். உங்கள் அறைக்குப் போய் வழக்கம்போல நன்றாக ஓய்வெடுத்துக்கொள்ளுங்கள். நாளை பார்த்துக்கொள்ளலாம்" என்றார்.

அப்போது ஓட்டல் சிப்பந்தி ஒருவன் எம்.ஜி.எம். ஸ்டூடியோவிலிருந்து வந்த இன்னொரு தந்தியைப் பிரௌனிங்கிடம் கொண்டு வந்து கொடுத்தான். அதில் 'பிரௌனிங், நீங்களும் இந்தக் கணமே டிஸ்மிஸ், எம்.ஜி.எம். ஸ்டூடியோ' என்று இருந்தது.

ஃபாக்னர் தன் ஊருக்குத் திரும்பினார். பிரௌனிங்கும் அவர் ஊருக்குத் திரும்பினார்.

ஃபாக்னர் அதன் பிறகு நிறைய நாவல்கள் எழுதி 1949ஆம் ஆண்டில் நோபல் இலக்கியப் பரிசைப் பெற்றார்.

அந்தக் கான்ட்டின்யுட்டிக்காரரர் மட்டும் தொடர்ந்து பல வருடங்கள் எம்.ஜி.எம். கம்பெனியாரிடம் – கான்ட்டின் யுட்டிக்காரராக – வேலையிலிருந்தார் என்று கேள்வி.

***ஆனந்தவிகடன்*, 1967**

~

மாக்ஸிம் கார்க்கி

இந்த இரண்டு மாதங்களாக கார்க்கி பெயர் மிகவும் அடிபட்டிருக்கிறது. எல்லாப் பத்திரிகைகளிலும் ஒரு பத்தியிலிருந்து முழு இதழ் வரை கார்க்கி பற்றிப் படங்கள், கட்டுரைகள், விமரிசனங்கள், கவிதைகள் வந்துவிட்டன. கார்க்கியுடைய படைப்புகளில் சில, பத்திரிகையின் இடவசதிக்கேற்ப வெளியிடப்பட்டிருக்கின்றன. கூட்டங்கள், கருத்தரங்குகள் நடைபெற்றிருக்கின்றன. மாகாணத் தலைநகரங்கள் என்று மட்டுமில்லாமல் அநேக உள்ளூர்களிலும் கூட்டங்கள் நடத்தப்பட்டிருக்கின்றன.

இன்றும் உலகத்தில் மிகப் பெரிய பகுதிக்கு வாழ்க்கை – அன்றாட வாழ்க்கை – ஒரு போராட்டமாகத்தான் இருந்துவருகிறது. பற்றாக்குறை, பற்றாக்குறைக்கு நிவாரணம் அளிக்கச் சரியான முறை இன்னும் தெரியாமல் இருப்பது – இவ்விரண்டு காரணங்களினால் உலகத்தில் இன்னமும் பட்டினி இருக்கிறது – வெவ்வேறு அளவில் வெவ்வேறு தளங்களில். பட்டினியிலிருந்து தொடங்கிய பல இன்னல்கள் இருக்கின்றன. ஒரு முடியாச் சங்கிலித் தொடராக, இந்தச் சூழ்நிலையில் இலக்கியம் தவிர்க்க முடியாத ஒன்று என்று நம்பிக்கை கொள்ள முடியவில்லை.

ஆதலால் கார்க்கியைப் பற்றி இவ்வளவு பரபரப்பு ஏற்படப் பலதரப்பட்ட காரணங்கள் இருக்க வேண்டும்; இருக்கின்றன. இந்தக் கார்க்கி வெறும் எழுத்தாளனாக மட்டும் இருந்திருக்கவில்லை.

இன்னொன்று, எழுத்தாளன் என்கிற ஓர் அம்சத்தில் மட்டும் கார்க்கியை அணுகினால் அவருடைய சம காலத்திலேயே அவரைக் காட்டிலும் சிறந்த படைப்பாளிகள் இருந்திருக்கிறார்கள். அவர்களுடைய நூற்றாண்டு விழாக்கள் இவ்வளவு பரவலாக, இவ்வளவு தீவிரத்துடன் நடத்தப்படவில்லை. ரஷ்யாவைத் தவிர வேறு நாடுகளிலும் இலக்கியம் படைக்கப்பட்டிருக்கிறது. அவர்கள் யாருக்கும் இந்த அளவு நூற்றாண்டு விழாக்கள் நடத்தினதாக நினைவில் இல்லை. கார்க்கி இந்த விஷயத்தில் கொடுத்துவைத்தவர்.

கார்க்கி இன்னும் ஒரு விஷயத்தில் கொடுத்து வைத்தவர். அவர் முப்பது வயது அடைவதற்குள் அவருக்கும் வாசகர்களுக்கும் இறுக்கமான தொடர்பு ஏற்பட்டுவிட்டது. பொதுஜன ஏற்பு என்பது கார்க்கிக்கு ஆரம்ப நாட்களிலேயே கிடைத்துவிட்டது. அவர் வாசகர்களின் நாடித் துடிப்பை அறிந்தவராகிவிட்டார். வாசகர்கள் அவருடைய எழுத்துத் துடிப்பை அறிந்தவர்களாகி விட்டார்கள். அவருடைய படைப்புகளுக்கு விரிவுரைகள், விளக்கவுரைகள் என்று ஏதும் தேவைப்படவில்லை. அந்நாளைய வரலாறுகளைப் படிக்கும்போது கார்க்கிக்கு 1900ஆம் ஆண்டில், அவர் முப்பது வயது தாண்டிய நாட்களில் அவருக்கிருந்த பொதுஜனப் புகழ் இன்று தமிழ்நாட்டில் சில நடிகர்களுக்கு உள்ளதில் எந்த அளவும் குறைந்ததாக இருந்திருக்காது என்று தோன்றுகிறது. இந்தப் புகழ், இந்தத் தொடர்பு, இந்த உறவுப் பிணைப்பு அநேகமாக அவர் இறுதிநாள்வரை இருந்திருக்கிறது. பொதுமக்கள்வரையில் கார்க்கி அவர்களுள் ஒருவனாக, அவர்களுடைய பிரதிநிதியாகவே நினைக்கப்பட்டிருக்கிறார்.

கார்க்கியைப் பற்றிப் பேசும்போது இம் மூன்று கோணங்களை வகுத்துக்கொள்வது உதவியாக இருக்கும் என்று தோன்றுகிறது. கார்க்கி என்ற எழுத்தாளன், கார்க்கி என்ற மனிதன், கார்க்கி என்ற புரட்சியாளன். கார்க்கியைப் பற்றிய நிகழ்ச்சிகள், பாதிப்புகள், அவருடைய சாதனைகள் இவை எல்லாமே இம்மூன்று பிரிவுகளில் ஏதாவது ஒன்றில் பொருந்திவிடும்.

கார்க்கி இருபத்துநான்காவது வயதில் முதன்முதலாகத் தன்னுடைய சிறுகதையை அச்சில் பார்த்தார். கார்க்கி முறையாகப் பள்ளிக்கூடம், கல்லூரிக்குப் போனது கிடையாது. அவருடைய கல்வியறிவு சுயமாகச் சம்பாதித்துக்கொண்டது. படிப்பதற்கென அவர் எடுத்துக்கொண்ட முயற்சிகள் மிகவும் உருக்கமானவை. சிறிதே குறைவான மனத் திடம் உள்ளவர்கள் அந்த இடைஞ்சல்களுக்கு நிலைகுலைந்துவிடுவார்கள். கார்க்கி மட்டும் ‘அறிவை வளர்த்துக்கொள்வேன்’ என்று உறுதியாக

இருந்திருக்கிறார். படிப்பது ஒன்று, எழுதுவது வேறொன்று. தன்னால் பிரசுரத்திற்கு எழுத இயலும் என்கிற நம்பிக்கை இலேசில் வரக்கூடியது அல்ல. முறையான படிப்பே கிடையாது, தானாகக் கற்றுக்கொள்வதற்கு மிகக்குறைந்த வாய்ப்புகள், வாழ்ந்துவந்த சூழ்நிலையோ எந்தக் கலைப் படைப்புக்கும் துளியளவு கூட உற்சாகம் அளிக்கக் கூடியது இல்லை – பார்க்கப்போனல் ஜடமாக வாழ்வதற்குக்கூடப் போதுமானதாக இருக்காது . . . இப்படிப்பட்ட சூழ்நிலையில் கார்க்கிக்கு எழுத வேண்டும், சுயமாகச் சிருஷ்டி செய்ய வேண்டும் என்ற ஊக்கம் இருந்திருக்கிறது. தனது இருபத்துநான்காவது வயதிலேயே பிரசுரத்திற்கு உரியதான கதை எழுதும் தேர்ச்சி பெற்றிருந்திருக்கிறார்.

கார்க்கிக்கு இங்கே சிறிது அதிர்ஷ்டம் உதவியிருக்கிறது. அவருடைய ஆரம்பக் கதைகள் நன்றாகவே இருக்கின்றன – இதில் சந்தேகமே இல்லை. ஆனால் சரியான அறிமுகம் இல்லாமல் ஒரு புது எழுத்தாளன் ஏற்கப்படுவது ரஷ்யாவில் கூடச் சிறிது கடினமான விஷயமாகத்தான் இருந்திருக்கிறது. சிறு பத்திரிகைகள் இலக்கியத்தை வளர்க்கின்றன. ஆனால் நிறைய விற்பனையாகும் பத்திரிகையில் வெளியானால்தான் ஒரு எழுத்தாளன் பரவலாகப் பொதுஜனங்களால் ஏற்கப்படுகிறான். முதல்கதை வெளிவந்த இரண்டு ஆண்டுகளுக்குள் ஏற்கெனவே பிரசித்தம் அடைந்திருந்த எழுத்தாளர் கொரலங்கோவின் உதவியினால் கார்க்கி வேறு பெரிய பத்திரிகைகளுக்கு அறிமுகம் ஆனார். அவருடைய முப்பதாவது வயதில் முதல் தொகுப்பு புத்தகமாக வெளிவந்ததும் கார்க்கி ரஷ்யாவின் ஆசை மகனாகி விட்டார்.

கார்க்கிக்கு அந்த நாளில் சாதாரண மக்கள் பொழிந்த அன்பும் பாராட்டும் இலேசில் அளவிட முடியாததாகத்தான் இருந்திருக்க வேண்டும். எல்லா முக்கிய நகரங்களிலும் கார்க்கி மன்றங்கள், சங்கங்கள் என்று துவக்கினார்களாம். கார்க்கியின் நடையுடை, பாவனை, பேச்சு – இவையெல்லாம் வெகுவாகப் பின்பற்றப்பட்டன. கார்க்கி அந்த நாளில் தலைமுடியை நீளமாக வளர்த்துக்கொண்டிருந்தார். அவர் மாதிரியே ஏராளமானவர்கள் முடிசீவிக்கொள்ள ஆரம்பித்தார்கள். கார்க்கி சிறிது தொளதொளவென்று பிளௌஸ் மாதிரி சட்டை அணிந்துகொண்டு அதன்மேல் இடுப்பில் இறுக்கிக் கட்டிக் கொள்வார். இந்த உடைக்கு அதிகமாகப் பணம் செலவாகாது. இந்த நூற்றாண்டின் ஆரம்பத்தில் கார்க்கியின் புத்தகம் வெளி வந்த பிறகு இளைஞர்கள் வெகுவாக அணிந்த உடை இந்த பிளௌஸ்தான். கார்க்கி என்னும் பெயரே தாழ்த்தப்பட்டோர்,

ஏழை எளியவர்களுக்கு ஒரு மந்திரச் சொல் போல் இருந்திருக்கிறது. ஏழைச் சிறுவர்கள் தெருவில் போகும் வண்டிகளை நிறுத்தி கார்க்கியின் பெயரால் இனாம் கேட்பார்களாம். இது ஓரளவுக்குப் பொறுத்துக்கொள்ளப்பட்டது. ஏனென்றால் வண்டியில் போய்க்கொண்டிருந்தவர்களுக்கும் கார்க்கி மேல் அபிமானம் ஏற்பட்டிருந்தது.

அன்றிலிருந்து ஒரு பத்தாண்டு காலத்திற்குள், அதாவது 1910ஆம் ஆண்டுக்குள், கார்க்கி அவருக்கு இன்னும் புகழ்தரும் நாவல், நாடகம், சிறுகதைகளை எழுதிமுடித்துவிட்டார். அதற்குப் பிறகும் அவர் எழுதினாரென்றாலும் அவற்றில் இன்று அதிகமாக நினைவு கூரப்படுவது அவருடைய சுயசரிதப் பகுதிகளும் சில கட்டுரைகளும்தான். ஆனால் இலக்கிய உலகில் அவருடைய முக்கியத்துவம் வேறொரு பாதையில் அமைந்தது. அவரிடம் மதிப்பும் நட்பும் காட்டிய லெனினின் வேண்டுகோளின்படி சோவியத் பிரசார இலாக்காவின் நெறியாளராகப் பதவி ஏற்றார். 'உலக இலக்கியப் பதிப்பகம்' என்று ஒரு பதிப்புக் கூடம் அமைக்க வழிசெய்தார். பதினெட்டாம் நூற்றாண்டிலிருந்து துவங்கி தலைசிறந்த ஐரோப்பிய, அமெரிக்க எழுத்தாளர்களின் படைப்புக்களை அப் பதிப்பகம் வெளிக்கொணர்ந்தது. அதில் பலவற்றுக்கு கார்க்கிதான் அணிந்துரை எழுதியிருக்கிறார். கார்க்கிக்குத் தான் நம்பிக்கைகொண்ட, பங்குகொண்ட புரட்சிக்கேற்ப இலக்கியம் திட்டவட்டமாக இலக்கணம் கூறப்படவேண்டும். முன்னோடியாகவும் படைக்க வேண்டும், மற்றும் பல இளைஞர்கள் அதில் ஈடுபட அவர்களுக்குத் தகுந்த பயிற்சி தர வேண்டும் என்ற ஆர்வம் இருந்திருக்கிறது. அநேக இளம் எழுத்தாளர்கள் அவரைச் சந்தித்த வண்ணம் இருந்திருக்கிறார்கள்; விவாதம் செய்திருக்கிறார்கள்; விளக்கம் பெற்றிருக்கிறார்கள்.

கார்க்கிக்கு எல்லோரையும் மதிக்கத் தெரிந்திருக்கிறது. அவருடைய வாழ்க்கைக் காலத்தில் இரு மாறுபட்ட, ஒன்றுக்கொன்று எதிரெதிரான சூழ்நிலைகளில் இருந்திருக்கிறார். ரஷ்யப் புரட்சிக்கு முன்னும், புரட்சிக்குப் பின்னும் அவர் எழுத்துக்களில் பலருடைய பெயர்கள் காணப்படுகின்றன. கண்ணியத்துடனும் பரிவுடனும்தான் எவரும் அவரால் வர்ணிக்கப்படுகிறார்கள். 'கார்க்கி' என்ற மனிதன் என்கிற கோணத்தில் பார்க்கும்போது இந்த ஒரு குணம் – எவரையும் மதிப்புடனும் மரியாதையுடனும் அணுகும் குணம் – தனித்து விளங்குகிறது.

கார்க்கிக்கு ஒரு சங்கோஜம் தவிர்த்த தன்மையும் இருந்திருக் கிறது. அவருக்குத் தன்னை வெளிக்காட்டிக்கொள்வதில்

தயக்கமே இருந்ததில்லை. எவருடனும் பழகுவதற்கோ புதிதாக அறிமுகம்செய்துகொண்டு விவாதம் செய்வதற்கோ தனக்கு பிறப்புவளர்ப்பில் அமைந்த குறைகளை ஒரு தடங்கலாக அவர் நினைத்தது இல்லை. *Inhibitons* கிடையாது. இதனால்தான் இவர் லெனின், டால்ஸ்டாய், செஹாவ், கோரலங்கோ போன்றோருடன் சரிக்குச் சமமாகப் பழக முடிந்திருக்கிறது. முறையான கல்வி கற்க முடியாமல் போன ஒருவன் வாழ்க்கையில் வெற்றிகண்டுவிட்டால் படித்தவர்களைக் கண்டு ஏளன மனப்பான்மை கொள்வதுதான் மனித இயல்பாக இருந்திருக்கிறது. படிப்பே அவசியமில்லையென்று கூட அவர்கள் கூறுவார்கள், செயல்படுவார்கள். ஆனால் கார்க்கி அவ்வாறில்லை. பொது அறிவு என்று மட்டும் இல்லாமல் விஞ்ஞானத்திலும் அவருக்கு நிறைய ஆர்வம் இருந்திருக்கிறது. மனித வாழ்வை வளம்பெறச் செய்வதில் விஞ்ஞானத்தின் பங்கைக் குறித்து கார்க்கி பெரும் உற்சாகமும் ஆர்வமும் காட்டியிருக்கிறார். தான் முறையாக உயர்கல்வி பெறவில்லை என்ற காரணத்திற்காக அவர் உயர் கல்வியின் முக்கியத்துவத்தைக் குறைத்து மதிப்பிட்டதே இல்லை.

ஜார் ஆட்சியில் ‘அகாடமி ஆப் ஸயின்ஸஸ்’ என்றொரு நிபுணர் குழு இருந்தது. அதில் ஒரு பிரிவு இலக்கியக் கர்த்தாக்களுக்காக இருந்தது. இந்தக் குழுவில் ஒருவர் இடம்பெறுவது மிகவும் பெருமைக்குரியதாகும். ஒருவர் என்னதான் சிறந்த படைப்புகள் செய்திருந்தாலும் அவர் கலைஞர், எழுத்தாளர் என்று அங்கீகாரம் பெறுவது இந்த அகாடமியில் அங்கத்தினராக ஏற்கப்படும்போதுதான். கார்க்கி தனது தேசத்திலும் மற்றும் வெளிநாடுகளிலும் பெரும் பாராட்டுப் பெற்று ஓர் அபிமான மகனாக ஆனபின் பலர் முன்னின்று முயன்றதன் பேரில் ரஷ்ய அகாடமியால் அங்கத்தினராகத் தேர்ந்தெடுக்கப்பட்டார். ஆனால் அவர் அங்கத்தினராவதை எதிர்க்க இருவர் பெரும்பாடுபட்டனர். ஒருவர் செஹாவ், இன்னொருவர் கொரலங்கோ.

செஹாவுக்கும் கார்க்கிக்கும் முதன் முதலில் கடிதம்மூலம்தான் தொடர்பு ஏற்பட்டது. வழக்கம்போல கார்க்கிதான் தானாக அத் தொடர்பை ஏற்படுத்திக்கொண்டார். இருவரும் ஒருவர்க்கொருவர் எழுதிக்கொண்ட கடிதங்கள் இப்போது பிரசுரிக்கப்பட்டிருக்கின்றன. செஹாவ், கார்க்கியிடம் இலக்கிய வேகம் இருப்பதாக ஒத்துக்கொண்டிருக்கிறார். ஆனால் அவருக்கு அகாடமி அந்தஸ்து அளிக்கப்படுவது செஹாவினுடைய ஒப்புதலைப் பெறவில்லை. கொரலங்கோ ஆரம்ப நாட்களில் கார்க்கிக்கு ஒரு ஆசானாகவும் போஷகராகவும் கூட இருந்திருக்கிறார். ஆனால் அவருக்கும் கார்க்கி அகாடமி

அங்கீகாரம் பெறுவதைச் சம்மதிக்க முடியவில்லை. அந்த இரு பெரும் எழுத்தாளர்களின் மதிப்பைக் குறைப்பதற்காக இதைச் சொல்லவில்லை. ஆனால் மனித இயல்பு எவ்வாறெல்லாம் செயல்படுகிறது என்பதற்கு இத் திருப்பம் ஒரு கோடி காண்பிக்கிறது. ஓரளவுக்கு மேல் கார்க்கியின் வளர்ச்சி சிறிது கசப்பாகத்தான் பட்டிருக்க வேண்டும். கார்க்கி என்ன இருந்தாலும் அவர்கள் வளர்த்துவிட்ட ஒரு தற்குறிதானே என்ற மனப்போக்கு வலுப்பெற்றிருக்க வேண்டும். இருந்தும் கார்க்கி அகாடெமி தேர்தலில் வெற்றிபெற்று அங்கத்தினராகிவிட்டார். ஆனால் யாரும் ஒன்றும் செய்ய முடியாத கை கார்க்கியை விலக்கி வைத்தது. ஜார் இரண்டாவது நிக்கோலஸ் அந்தத் தேர்தலே செல்லுபடியல்ல என்று நிராகரித்துவிட்டார்.

கார்க்கி, டால்ஸ்டாயையும் சந்தித்திருக்கிறார்; பழகி யிருக்கிறார். 'இவர் கடவுளைப் போலல்லவா இருக்கிறார்!' என்று கார்க்கி வியந்திருக்கிறார். ஆனால் டால்ஸ்டாய்கூட ஏதோ பெரிய மனது செய்து பழகுகிறோம் என்று இருந்ததாகத்தான் படுகிறது. கார்க்கி, டால்ஸ்டாய் பற்றியும் விரிவான கட்டுரைகள் எழுதியிருக்கிறார். ஒன்றில்கூட தான் எவ்வித பேதமான அனுபவங்களுக்கும் உள்ளானதாகக் காட்டிக் கொள்ளவில்லை. அவர் அதை ஒரு பொருட்டாகவே கருதவில்லை. சிறப்பு அம்சங்களே அவர் கண்ணில் பட்டிருக்கின்றன. எதை மனத்தில் கொள்ள வேண்டும், எதை உதறித்தள்ள வேண்டும் என்பதில் ஒரு முதிர்ந்த தத்துவசாதகனின் பக்குவம் அவரிடம் இருந்திருக்கிறது.

கார்க்கி என்ற மனிதன் எனப் பார்க்கையில் இன்னொரு குணமும் தெளிவாகிறது. அவர் பெண்குலத்தின் மீது மட்டற்ற மதிப்பு வைத்திருந்திருக்கிறார். நமது இந்தியாவில்தான் காலங்காலமாகப் பெண்களை அடிமைகளாக வைத்திருந்தோம், உரிமைகள் தரவில்லை, மிருகங்களாக நடத்தினோம் என்று இல்லை. அநேகமாக எல்லா நாடுகளிலும் எல்லாக் காலங்களிலும் அப்படித்தான் இருந்திருக்கிறது. உலகத்தின் எந்த மூலைமுடுக்கிலும் மனைவியை அடிக்கும் கணவன்மார்கள் நிறைய இருந்திருக்கிறார்கள். அதே சமயத்தில் மணமாகி, சில வருடங்களில் நிறையக் குழந்தைகளுக்குத் தகப்பனாகி, வீட்டைப் பொறுத்தவரையில் மனைவியின் சர்வாதிகாரத்திற்கும் அதட்டல் மிரட்டலுக்கும் உட்பட்ட கணவன்மார்களும் நிறைய இருந்திருக்கிறார்கள். கார்க்கியின் கதைகள், சுயசரிதம் மற்றும் கட்டுரைகளில் பெண்கள் வருகிறார்கள். அவராக எதையும் மிகைப்படுத்திச் சொல்லியதில்லை. ஆனால் பெண்களுக்கு இழைக்கப்படும் கொடுமை, குடும்பத்திற்காக அவர்கள் புரியும் தியாகம், தானாக எவ்வளவோ துயரங்களையும் கஷ்டங்களையும்

முகம் கோணாமல் ஏற்றுக்கொள்ளும் இயல்பு, இந்த அம்சங்களை கார்க்கி மிகுந்த மென்மையுள்ளத்துடன் கவனித்திருக்கிறார்; எழுதியிருக்கிறார். அடங்காப்பிடாரிகளைப் பற்றி எழுதும்போது கூட ஒரு கசப்புணர்ச்சியுடன் எழுதவில்லை. படிப்போர்க்கு அவர்கள்மீது பச்சாதாபம் ஏற்படலாம், வெறுப்பு ஏற்படாது. சமுதாயம் பெண் இனத்திற்கு உட்பட்டிருக்கும் கடமையை ஒரு கௌரவமாகத்தான் கருதியிருக்கிறார். இது அவர் ஏதோ பகுத்தறிவினால் ஆராய்ந்து வந்த முடிவு என்றில்லை. இயல்பாகவே அவருக்குப் பெண்ணினத்தின் மீது ஆழ்ந்த மதிப்பு, மரியாதை இருந்திருக்கிறது. வாசகனுக்குக் கிளர்ச்சியூட்ட வேண்டும் என்று ஆண் – பெண் உறவை அவர் பிரயோகம் செய்ததே கிடையாது.

இவ்வளவு மென்மையுள்ளம் படைத்தவர் எப்படிப் பல்லாயிரக்கணக்கானவர் அழிந்துபோகும் வன்முறைப் புரட்சிக்குத் தன் ஒப்புதலைத் தர முடியும்? எப்படி அதற்குத் தன் மனமுவந்த ஆதரவைத் தர முடியும்? 1917இல் ரஷ்யப் புரட்சி வருவதற்குப் பல வருடங்கள் முன்பே கார்க்கி அப்போதிருந்த சமூக, சமுதாய அமைப்பு சிதறிப் போகக் கூடியதென்பதை உணர்ந்திருந்தார். மார்க்சிசம் அவருக்கு ஒரு உயரிய இலட்சியமாக, சிறந்த மாற்றாகப் பட்டிருக்கிறது. இலக்கியத் துறைக்கு வருவதற்கு முன்பேயே அவர் அரசியல் சர்ச்சைகளில் ஈடுபட்டிருந்தார். 1905ஆம் ஆண்டு படுகொலை, புரட்சி என்றால் என்னவென்று புலப்படுத்தியிருக்க வேண்டும். ஆனால் புரட்சியையும் அதன் விளைவுகள் அனைத்தையும் அவரால் உணர்ந்திருக்க முடிந்ததா என்பதில் சிறிது ஐயம் இருக்கிறது. புரட்சி வெடித்த ஆரம்ப நாட்களில் அவர் மனமிடிந்து போயிருந்தார்.

இந்த நூற்றாண்டின் மாபெரும் நிகழ்ச்சியான ரஷ்யப் புரட்சி அக்டோபர் 1917இல் நடந்து முடிவுற்றபோது பிரமாண்டமான பொறுப்பு லெனினின் மீது விழுந்திருந்தது. பழையதைத் தகர்க்க வேண்டும், புதிது ஒன்றை நிர்மாணிக்க வேண்டும். தகர்த்தெறிவது என்றாவது ஒருநாள் நிகழவேண்டியது. ஆனால் புதிய உலகை அமைப்பது பன்மடங்கு பெரிய பணி; நீடித்த காலம் திட்டமிட்டுத் தளராமல் உழைப்பு வாங்கும் பணி. இதை லெனின் ஏற்று முன்செல்லும்போது கார்க்கி போன்ற யதார்த்தவாதிகள் கூடச் சிறிது தயக்கமுற்றார்கள். ஆனால் லெனின் எடுத்துக் கொண்ட நடவடிக்கைகள், எடுத்துக்கொண்டேயாக வேண்டிய நடவடிக்கைகள் என்பதை கார்க்கி உணர்ந்துகொண்டார்.

கார்க்கி லெனின்மீது பெரும் அன்பும் மதிப்பும் கொண்டிருந்தார். இருவருடைய நட்பும் வெவ்வேறு

மாறுபட்ட காலங்களிலும் சூழ்நிலைகளிலும் தன்மை மாறாது இருந்திருக்கிறது. அவர்கள் அன்றாட வாழ்க்கையிலும் இலட்சியப் போக்கிலும் ஒருவர்க்கொருவர் நன்மதிப்பு வைத்து சேர்ந்து உழைத்திருக்கிறார்கள். லெனின் தான் அமைக்கும் புதிய சமுதாயத்தில் கார்க்கிக்குத் திட்டவட்டமான பங்கு வைத்திருந்தார். கார்க்கிக்கு இடப்பட்ட பணியை லெனின் மிக முக்கியமானதாகவே கருதினார். புரட்சி நிகழ்ந்த முதல் மூன்றாண்டுகளில் அப்போது லெனினைச் சூழ்ந்துகொண்டிருந்த பிரச்சினைகளையும் பொறுப்புகளையும் மீறி இலக்கியம், கலை, கலாச்சாரம் என்பவற்றைப் பற்றி அவர் சிந்தித்திருக்கிறார். ஒரு நீண்ட காலத்திட்டம் தீட்டியிருக்கிறார். இதை கார்க்கி நன்றாக உணர்ந்திருக்க வேண்டும். மனதில் நம்பிக்கையும் கொண்டிருக்க வேண்டும். லெனினின் மறைவுக்குப் பிறகும் கார்க்கி தன் பணியை இறுதிநாள்வரை தொடர்ந்து புரிந்து வந்திருக்கிறார்.

கார்க்கியின் வாழ்நாட்களிலேயே அவருடைய ஒரே மகனான மாக்சிம் மரணமடைந்தார். இரண்டாண்டிற்குள், 1936ஆம் வருடத்தில் கார்க்கியும் இறந்தார். இருவரும் கொலை செய்யப்பட்டனரோ என்றொரு ஐயம் இருக்கிறது. இரண்டாவது உலக யுத்தத்திற்குச் சற்று முன்பு ஸ்டாலின் ஆட்சியில் ‘டாக்டர்கள் விசாரணை’ என்று ஒன்று நடந்தது. அப்போது ஒரு டாக்டர் தான் மேலுத்தரவின் பேரில் கார்க்கியை வேண்டுமென்றே இறக்கச் செய்ததாக ஒத்துக்கொண்டிருக்கிறார்.

வருங்காலம் கார்க்கியை ஒரு தலைசிறந்த இலக்கிய கர்த்தவாகத் தொடர்ந்து ஏற்றுக்கொள்ளுமா என்பதில் ஐயமிருக்கிறது. கார்க்கி தன் காலத்துக்காகவேதான் எழுதி யிருக்கிறார், எக்காலத்துக்குமாக எழுதவில்லையென்று ஒரு கணிப்பு இருக்கிறது. வருங்காலத்தைப் பற்றி ஹேஷ்யங்கள்தான் கூறமுடிகிறது. இலக்கியம் எப்படிப் போனாலும் கார்க்கி என்ற மனிதன் வெகுநாள் உயர்ந்து காணப்படுவான் என்றே தோன்றுகிறது.

(1968)

சென்னை இலக்கியச் சங்கம் நிகழ்த்திய மாக்ஸிம் கார்க்கி நூற்றாண்டுக் கருத்தரங்கில் படித்த கட்டுரை

~

கிரஹாம் கிரீன்

இரு மாதங்களுக்கு முன்பு ஆங்கில மொழியில் இலக்கியம் படைக்கும் இந்தியர் ஆர்.கே. நாராயணனுக்கு ஆக்ஸ்ஃபோர்டு பல்கலைக்கழகம் 'டாக்டர்' கௌரவப் பட்டம் வழங்கியது. இவ்வரிய கௌரவம் ஓர் இந்தியர், அதிலும் தமிழர் ஒருவருக்கு அளிக்கப்பட்டது பெருமைக்குரிய விஷயம். ஆர்.கே. நாராயண் இக்கௌரவத்திற்குத் தகுதி பெற்றவரானாலும் ஆங்கிலமொழி இலக்கிய உலகத்தில் நல்ல வலுவான, செல்வாக்குள்ள அறிமுகம் எழுதத் தொடங்கிய ஆரம்ப நாட்களிலேயே கிடைத்திரா விட்டால் இன்று அவர் அடைந்திருக்கும் பெயரும் புகழும் வாய்ப்புகளும் வந்திருக்குமா என்பது விவாதத்திற்குரியதாகத்தான் இருக்கும். அந்த ஒரு அறிமுகத்திற்காகக் கடமைப்பட்டிருப்பது கிரஹாம் கிரீனுக்கு. ஆர்.கே. நாராயணனுடைய முதல் நாவலாகிய 'சுவாமியும் சிநேகிதர்களும்' எடுத்த எடுப்பிலேயே ஓர் இங்கிலாந்துப் பதிப்பு பெறுவதற்கு கிரஹாம் கிரீன் பெரிதும் உதவியிருக்கிறார். இன்றும் 'சுவாமியும் சிநேகிதர்களும்' புத்தகம் கிரஹாம் கிரீனுடைய முன்னுரையுடன்தான் அநேகப் பதிப்புகளாக வெளிவந்துகொண்டிருக்கிறது.

கிரஹாம் கிரீனைப்பற்றி இன்னொன்றும் கூறுவதுண்டு. 'பிரிட்டனின் பிரதான இலக்கிய ஏற்றுமதி' (Britain's main literary export) என்று அவர் அறியப்பட்டு இன்று இருபதுவருடங்களுக்கும் மேலாகின்றன. அவருடைய நாவல்கள் அந்த அளவுக்கு உலகப் பிரசித்தி அடைந்திருக்கின்றன.

அசோகமித்திரன்

கிறிஸ்துவ மதக் கோட்பாடுகளுக்கு முக்கியத்துவம் அளித்துக் கற்பனை இலக்கியம் படைத்த எழுத்தாளர்கள் அநேகர் உண்டு. அந்தக் குழுவிலும், குறிப்பாகக் கத்தோலிக்கப் பிரிவை அடிப்படை சித்தாந்தமாக எழுதுபவர்களிலும் கிரஹாம் கிரீன் முக்கியமானவராகக் கருதப்படுகிறார். இரண்டாம் உலக யுத்தத்திற்குப் பிறகு இந்த இருபதாண்டுக் காலத்தில் சமய அடிப்படையில் 'சீரிய நாவல்கள்' என்று வாசகர்களும் விமர்சகர்களும் புகழ்ந்த நாவல்கள் அவருடையது நான்கைந்துக்கு மேலிருக்கின்றன. 'தி பவர் அண்ட் தி கிளோரி' என்ற நூல் விசேஷ சாதனை என்று ஒருமுகமாக ஏற்கப்பட்டுள்ளது.

கிரஹாம் கிரீனுக்கு அறுபத்து மூன்று வயதாகிறது. முப்பத்தைந்து ஆண்டுகளாக எழுதிவரும் அவருடைய நூல்கள் இன்றுவரை இருபத்தொரு நாவல்கள், மூன்று நாடகங்கள், கட்டுரை, சுயசரிதம், பிரயாண இலக்கியம், இலக்கிய விமர்சனமாகப் பதினைந்து தொகுப்புப் புத்தகங்கள் வெளிவந்திருக்கின்றன. இவற்றில் 'பிரைட்டன் ராக்' 'கான்ஃபிடென்ஷியல் ஏஜண்ட்' 'தி பவர் அண்ட் தி கிளோரி', 'ஹார்ட் ஆஃப் தி மாட்டர்', 'எண்ட் ஆஃப் தி அஃபேர்', 'காமெடியன்ஸ்' சிறப்பானவை. சினிமாவைப் பற்றியும் சினிமாவுக்காகவும் அவர் நிறைய எழுதியிருக்கிறார். அவருடைய நாவல்கள் பல திரைப்படங்களாக்கப்பட்டிருக்கின்றன. குறிப்பாக சார்லஸ் போயர் – இன்கிரிட் பெர்க்மன் நடித்த 'கான்ஃபிடன்ஷியல் ஏஜண்ட்', மற்றும் 'எ கன் ஃபார் சேல்', 'பவர் அண்ட் தி கிளோரி' 'தி எண்ட் ஆஃப் தி அஃபேர்' 'தி கொயட் அமெரிக்கன்' (இது இந்தியாவில் அனுமதிக்கப்பட வில்லை) 'அவர் மேன் இன் ஹவானா', 'அக்ராஸ் தி பிரிட்ஜ்' முதலிய படங்கள் கிரஹாம் கிரீன் எழுதிய நாவல்களைக் கொண்டு திரைப்படமாக்கப்பட்டவை. சினிமாவுக்கென்றே கிரஹாம் கிரீன் எழுதிய 'தி தேர்டு மேன்' திரைப்பட உலகில் இன்றும் மிகச்சிறந்த சாதனையாகக் குறிக்கப்படுகிறது.

இத்தொடர்பு மட்டுமல்லாமல், கிரஹாம் கிரீன் ஆரம்பகாலத்தில் ஐந்துவருடங்களுக்கு உலகப் புகழ்பெற்ற 'ஸ்பெக் டேடர்' பத்திரிகையில் சினிமா விமர்சகராகப் பணியாற்றியிருக்கிறார். ஆறுமாத காலம் 'நைட் அண்ட் டே' என்ற வாரப் பத்திரிகையின் சினிமாப் பகுதிப் பொறுப்பாளரும் இணை ஆசிரியருமாகப் பணியாற்றியிருக்கிறார். அமெரிக்காவில் வெளிவரும் 'நியூயார்க்கர்' பத்திரிகைக்குச் சமமாகக் கொண்டு வரவேண்டும் என்கிற ஆர்வத்துடன் ஆரம்பிக்கப்பட்ட அந்தப் பத்திரிகை ஆறுமாத காலம்தான் வெளிவர முடிந்தது. அந்தக் குறுகிய ஆயுளுக்கு கிரஹாம் கிரீனும் காரணம். பத்திரிகை ஒரு

வழக்கில் சிக்கிக்கொண்டு மான நஷ்டஈடு கொடுத்துவிட்டு அப்படியே மறைய வேண்டியிருந்தது. வழக்கு கொடுத்தவர்கள் ஷர்லி டெம்பிளின் பெற்றோர்கள்.

இரண்டாம் உலக யுத்தத்துக்கு முன் சுமார் ஐந்தாறு ஆண்டுகளுக்குப் பொதுமக்களிடையே ஷர்லி டெம்பிள் பெற்றிருந்த அபிமானம் காரண காரியங்களினால் விளக்கிவிட முடியாது. அந்தக் குழந்தை நக்ஷத்திரத்தின் சினிமாப் படங்களைப் பார்க்க உலகெங்கும் பலகோடி மக்கள் காத்துக்கிடந்தார்கள். திரையில் அவள் முகம் சிறிது வாட்டம் அடைந்தால் படம் பார்ப்பவர்கள் தாரை தாரையாகக் கண்ணீர்விட்டார்கள். அவள் சிரித்தால் பரவச நிலை அடைந்தார்கள். அந்தக் காலத்தில் ஷர்லி டெம்பிள் மக்கள் இதயத்தில் பெற்றிருந்த ஓர் இடம் இன்றைய மாபெரும் அரசியல் தலைவர்கள் கூட அடைந்திருக்க முடியாது என்றால் அது மிகையாகாது. ஒரு தெய்வக் குழந்தையாக விளங்கிவந்த ஷர்லி டெம்பிளைப் பற்றி நன்றாக வளர்ந்துவந்துகொண்டிருந்த தன்னுடைய 'நைட் அண்ட் டே' பத்திரிகையில் கிரஹாம் கிரீன் இப்படி எழுதினார்: "இந்தக் குழந்தை நக்ஷத்திரத்திற்கு உடையவர்கள் குத்தகைக்காரார்கள் போன்றவர்கள். நாட்கள் செல்லச் செல்ல அவர்கள் பொருளின் மதிப்பும் குறைந்துகொண்டே வரும். ஷர்லி டெம்பிள் பற்றி இன்னொன்று கூற இருக்கிறது. அவள் குழந்தை போலத் தோற்றமளிப்பது ஒரு வெளிப்பூச்சு. அவளுடைய கவர்ச்சி கபடமானதும் பாலுணர்ச்சி காரணமானதாகும்." இன்று இன்னும் எதை எதையோ எழுதித் தப்பித்துக்கொள்ளவும் முடியும். ஆனால் இந்தத் 'திறனாய்வு'க்காக 'நைட் அண்ட் டே' ஷர்லி டெம்பிளுக்குக் கணிசமான மான நஷ்ட ஈடு கொடுக்க வேண்டியிருந்தது. நஷ்ட ஈடும் கொடுத்துப் பத்திரிகையும் நடத்த முடியவில்லை.

இந்த நிகழ்ச்சி கிரஹாம் கிரீனின் விமர்சன இலட்சியங்களை வெகுவாகப் பாதிக்கவில்லை. தொடர்ந்து 'ஸ்பெக்டேடர்' பத்திரிகையில் 1941வரை பணியாற்றினார். யுத்தகாலத்தில் பிரிட்டிஷ் வெளிவிவகாரப் பிரிவில் சேர்ந்து மேற்காப்பிரிக்காவுக்குச் சென்றார்.

ஆனால் 'ஒரு முறை ஒற்றன் ஆயுட் கால ஒற்றன்' என்ற அபவாதம் கிரஹாம் கிரீனுக்கும் வந்தது. அவருடைய நாவல்களுக்குப் பல வெளிநாடுகள் நிலைக்களனாக இருந்தன. அமெரிக்கா, ஐரோப்பிய நாடுகள், கியூபா, தென்னாப்பிரிக்கா, வியட்நாம் முதலிய நாடுகளிலெல்லாம் கிரஹாம் கிரீனுடைய கதாநாயகர்கள் சாகசச் செயல்கள் புரிந்திருக்கிறார்கள்,

காதலித்திருக்கிறார்கள், ஏமாற்றமடைந்திருக்கிறார்கள், கொலை செய்யப்பட்டிருக்கிறார்கள். கிரஹாம் கிரீன் அவருடைய நாவல் சம்பந்தமாக, அல்லது பத்திரிகைக் கட்டுரை எழுதுவதற்காக என்று வெளிநாடு சென்றால், அவர் ஏதோ வேவு பார்க்கத்தான் வந்திருக்கிறார் என்று சுட்டிக்காட்டப்படுவார். கிரஹாம் கிரீனுடைய நாவல்களும் கதைகளும் அந்தந்தக் காலத்துப் பிரச்சினைகள், செய்திகள் பற்றித்தான் இருக்கும். அவரை இடதுசாரிக்காரர் என்றும் சொல்வதுண்டு. 'அவருடைய நாவல்களில் தீயவர்கள் எல்லாம் கோடீசுவரர்களும், ஆயுத உற்பத்தியாளர்களும், சர்வதேசப் பொருளாதாரப் பெரும் புள்ளிகளுமாக இருப்பார்கள். நல்லவன் ஒரு கம்யூனிஸ்டாக இருப்பான்' என்று ஜார்ஜ் ஆர்வெல் ஒரு முறை எழுதியிருக்கிறார். ஒரு வித்தியாசம் கிரஹாம் கிரீனுடைய நூல்களில் மிகத் தெளிவாக எடுத்துரைக்கப்பட்டிருக்கும். ஒரு சாதாரணக் கொலைகாரன் அவன் உயிரைக் காப்பாற்றிக் கொள்வதற்காகக் கொலை செய்ய நேரிடுகிறது. சர்வதேச முதலாளித்துவ வர்க்கம் லாபத்திற்காக என்று திட்டமிட்டு யுத்தங்களையும் உலக நெருக்கடிகளையும் உண்டுபண்ணுகிறது. கிரஹாம் கிரீனுடைய 'எ கன் ஃபார் சேல்' இந்தக் கரு மூலத்தைக் கொண்டு எழுதப்பட்ட நாவல்.

சமுதாய மாறுதல் வேண்டும், அக்கிரமம் விலக்கப்பட்டு நீதி வழங்கப்பட வேண்டும் என்ற இலட்சியங்கள் சில குறிப்பிடப்பட்ட முறைகளில்தான் சாதிக்கப்பட வேண்டும் என்று இளம் கிரஹாம் கிரீனுக்கு இருந்த தீவிரம், பிற்காலப் பக்குவ நிலையில் பரந்த மனிதாபிமானத்துக்கு இடம்கொடுத்திருக்கிறது. மனித இயல்பின் அடிப்படை குணாதிசயங்களை அவர் அணுக அணுக அவருக்குச் சில தீர்மானங்கள் தோன்றியிருக்கின்றன. பாவம், துயரம் தனி மனிதப் பிரச்சினைகள்; அவற்றிலிருந்து ஒருவன் தப்புவது சாத்தியமானது அல்ல. ஆனால் அவற்றைக் கடந்த நிலை ஒன்று உண்டு. தன் நிலையுணர்ந்து தூய்மை கோருவதினால் பாபவிமோசனம் பெறலாம். பாபவிமோசனம் குறிப்பிட்ட சிலருக்குத்தான் என்று முன்னாலேயே நிர்ணயிக்கப்படுவது அல்ல. விமோசனம் கோர, விமோசனம் அடைய ஒரு கொலைகாரனும் அருகதையுள்ளவன்தான்.

தன் சமயக்கருத்துகளைப் பிரசாரம் செய்வதற்கு என்று கிரஹாம் கிரீன் எதுவுமே எழுதியது கிடையாது. அவருடைய நாவல்கள் அடுத்தடுத்துச் சிறந்து விளங்குவதற்கு முற்றிலும் இலக்கிய ரீதியான காரணங்களே உள்ளன. அவருடைய நடையும் மிகவும் எளிதானதும் சுத்தமானதும் ஆகும். அப்படியிருந்தும் கிரஹாம் கிரீன் 1961ஆம் ஆண்டில் அவருடைய நாவல் 'பர்ன்ட் – அவுட் கேஸ்' வெளியானபோது இவ்வாறு எழுதினார்:

"எனக்கு வயது அதிகமாகிக்கொண்டிருக்கும்போது நான் நாவல் எழுதுவதும் மேன்மேலும் கடினமான காரியமாகிக் கொண்டு வருகிறது. இனிமேல் என்னால் ஒரு நல்ல முழுநீள நாவல் எழுதமுடியும் என்று நினைக்கக்கூடத் தைரியம் இல்லை." ஆனால் சென்ற ஆண்டு வெளியான அவருடைய அடுத்த நாவலாகிய 'காமெடியன்ஸ்' அவருடைய படைப்புகளின் சிகரமாகக் கொண்டாடப்படுகிறது.

படைப்பிலக்கியத்துடன் சேர்ந்து கிரஹாம் கிரீன் ஒரு பத்திரிகை எழுத்தாளராகவும் இருந்துகொண்டிருக்கிறார். ஆக்ஸ்போர்டில் கல்லூரிப் படிப்பு முடித்த பிறகு நான்காண்டுகள் லண்டன் 'டைம்ஸ்' பத்திரிகையில் உதவி ஆசிரியராக இருக்கிறார். 'ஸ்பெக்டேடர்' பத்திரிகையுடனும் அவருக்கு நெருங்கிய, நீண்ட நாளைய தொடர்பு உண்டு. இன்றும் அவர் 'லண்டன் மாகசீன்' என்கிற மாதப் பத்திரிக்கைக்காக இலக்கியத் திறனாய்வுக் கட்டுரைகளும் புத்தக விமர்சனங்களும் எழுதி வருகிறார். ஷர்லி டெம்பிள் பற்றி எழுதி முப்பது வருடங்கள் ஆனபோதிலும் இன்றும் அவருடைய சில கட்டுரைகளைச் சட்ட நிபுணர்களைக் கலந்தாலோசித்த பிறகுதான் பத்திரிகைகள் வெளியிடுவதாகத் தெரிய வருகிறது.

கத்தோலிக்கப் பிரிவினரால் மிகவும் போற்றப்படும் எழுத்தாளரானபோதிலும் பல சந்தர்ப்பங்களில் கிரஹாம் கிரீன் அவர்களுக்கு மனச்சங்கடம் விளைவித்துவிட்டார். அமெரிக்க செனட்டர் மெக்கார்த்தி, அமெரிக்க தேசத்தைக் கம்யூனிச வாசனையற்றதாகச் செய்ய வேண்டும் என்ற குறிக்கோளை ஒரு வெறியாட்டமாக அரசாங்கத்தின் முழு ஒத்துழைப்புடன் சில வருடங்கள் நடத்தினார். அப்போது 1952ஆம் ஆண்டில் சார்லி சாப்ளின்மீதும் அவர் கவனம் விழுந்தது. மெக்கார்த்தியின் கமிட்டி ஒன்றின் கேள்விகளுக்கு முறையாகப் பதில் அளிக்கவில்லை என்ற காரணம் காட்டி ஒரு தேசத் துரோகிக்கான தண்டனை சாப்ளினுக்கு அளிக்க ஏற்பாடாகியிருந்தது. அச்சமயம் சாப்ளின் இங்கிலாந்து சென்றிருந்தார். அவர் அமெரிக்கா திரும்பக் கப்பலேறிய பிறகுதான் அவர் அமெரிக்கா அடைந்தவுடன் கைதாகப் போகும் தகவல் கிடைத்தது. அன்று இருந்த ஒரு சூழ்நிலையில் அவருக்கு அமெரிக்காவில் ஒழுங்கான நீதி விசாரணை, சட்ட நிபுணர்களின் ஒத்துழைப்புக்கூடப் பெறுவது அசாத்தியம் என்று தெரிந்தது. சாப்ளின் அமெரிக்கா செல்லாமல் இங்கிலாந்துக்கே திரும்பிவிட்டார். அமெரிக்காவில் சாப்ளினின் உடைமைகளை அரசாங்கம் பறிமுதல் செய்தது. (பிற்காலத்தில் இப்பறிமுதல் ஓரளவு தளர்த்தப்பட்டது.) சாப்ளினுடைய திரைப்படங்களைக் காட்டுவது மிகவும் தொல்லை மிகுந்ததாயும்

அபாயகரமானதுமாயிற்று. இந்தச் சந்தர்ப்பத்தில் கிரஹாம் கிரீன், சாப்ளின் சார்பையொட்டி ஒரு பகிரங்கக் கடிதம் எழுதிப் பத்திரிகையில் பிரசுரிக்க ஏற்பாடு செய்தார். இதில் கத்தோலிக்கப் பிரிவினர் வருத்தம் கொண்டனர். சாப்ளினைக் கத்தோலிக்கப் பிரிவு விரும்பத்தகாதவராக ஒதுக்கிவைத்திருந்தது. (சாப்ளின் ஐந்துமுறை திருமணம் செய்துகொண்டவர்.) இதையடுத்து 1954ஆம் ஆண்டில் காலட் என்கிற பிரெஞ்சு ஆசிரியையின் இறுதிச் சடங்குகளைக் கத்தோலிக்கச் சர்ச்சு நடத்திவைக்க மறுத்தபோது அச்செய்கையை கிரஹாம் கிரீன் கடுமையாகக் கண்டித்தார். (காலட் சாதாரண சம்பிரதாயங்களுக்கடங்காத வாழ்க்கை முறை அமைத்துக் கொண்டவள். அவளுடைய கதைகளும் நாவல்களும் விபரீத சுதந்திரப் போக்கை உண்டுபண்ணிப் படிப்போரைக் கெடுத்துவிடும் என்பது கத்தோலிக்கரின் குற்றச்சாட்டு.)

சமீப காலத்தில்கூட கிரஹாம் கிரீன் ஒரு பெரிய விவாதத்தை உண்டுபண்ணினார். இரண்டாண்டுகளுக்கு முன்பு இரு ரஷ்ய எழுத்தாளர்கள் அவர்கள் எழுதியது தேசநலனுக்குப் பாதகம் விளைவிப்பதாக உள்ளது என்ற குற்றச்சாட்டின் பேரில் சிறையிலடைக்கப்பட்டனர். (இவர்களுடைய அந்த 'தேசவிரோத' நாவல் ஒரு டில்லி வாரப்பத்திரிகையில்கூட தொடர்கதையாக வெளியிடப்பட்டது. முதல் வாரத்தில் ஆசிரியர்களின் பெயர்கள் தவறாக வெளியிடப்பட்டு அடுத்த வாரம் தவறு திருத்தப்பட்டது.) கிரஹாம் கிரீனுடைய நூல்கள் ரஷ்யாவில் நிறைய விற்பனையாகி ஒரு பெரும் தொகையும் சேர்ந்திருந்தது. கிரஹாம் கிரீன் அத்தொகையை அந்த இரு எழுத்தாளர்களின் குடும்பத்தினருக்குக் கொடுத்துவிடுமாறு ரஷ்ய அரசாங்கத்திற்கு விண்ணப்பித்துக் கொண்டார். "இதனால் நான் உங்களைக் குறைகூறுகிறேன் என்று எண்ணாதீர்கள். நான் என்றும் லண்டனை விட மாஸ்கோவில் வாழ்வதை வரவேற்பேன். நியூயார்க்கில் வசிப்பதை விட லெனின்கிராடில் குடியிருப்பதை விரும்புவேன்" என்றும் எழுதினார். கிரஹாம் கிரீன் விண்ணப்பித்துக்கொண்டபடி அப்பணம் யாருடைய குடும்பத்தார்க்கும் கொடுத்துதவப்படவில்லை. மாறாக பிரிட்டிஷ், அமெரிக்கப் பத்திரிகைகள் கிரஹாம் கிரீனை இடித்துரைத்து எழுதின. "இவ்வளவு ஆசை மாஸ்கோமீதும் லெனின்கிராடுமீதும் இருந்தால் கிரீன் அவர்கள் அங்கேயல்லவா இருக்க வேண்டும்? ஆனால் அங்கே போய் அவர் இப்போது தன்னிச்சையாக எழுதுவது போல் ஒரு வரி எழுத முடியுமா? எழுதினால் அவர் நண்பர்கள் இருவரோடு, இவரும் சிறையிலல்லவா இருக்க நேரிடும்? அப்புறம் இவர் குடும்பத்துக்கு யார் பணம் கொடுத்து உதவுவது?"

கிரஹாம் கிரீனுக்குப் பல அரிய கௌரவங்கள் கிடைத்திருக்கின்றன. 'அமெரிக்கன் இன்ஸ்டிடியூட் ஆஃப் ஆர்ட்ஸ் அண்ட் லெட்டர்ஸ்' என்கிற செல்வாக்கு மிகுந்த, அங்கீகாரம் பெற்ற கலைக்குழு அவருக்கு 'விசேஷ அங்கத்தினர்' என்ற பட்டம் 1961ஆம் ஆண்டில் அளித்தது. கேம்பிரிட்ஜ் பல்கலைக்கழகம் அதற்கடுத்த ஆண்டு 'டாக்டர்' பட்டம் கிரஹாம் கிரீனுக்கு வழங்கியது.

கிரஹாம் கிரீனின் படைப்புகள் பற்றி ஏராளமான ஆராய்ச்சி நூல்களும் கட்டுரைகளும் உலகெங்கும் வெளியாகியிருக்கின்றன. ஜான் அட்கின்ஸ் எழுதிய மதிப்பீடு புத்தகம் மிகச் சிறந்ததாகக் கருதப்படுகிறது.

கிரஹாம் கிரீன் ஆர்.கே. நாராயணனுக்கு உற்ற நண்பராக இருந்து வருகிறார் என்பதுடன் இன்னொரு விஷயத்திலும் அவருக்கும் நம்நாட்டுக்கும் ஒரு தொடர்பைக் கூறலாம். கிரஹாம் கிரீனின் பிறந்தநாள் அக்டோபர் 2.

தீபம் 1968

~

போரிஸ் பாஸ்டர்நாக்

பாஸ்டர்நாக்கின் வாழ்க்கையை அவருடைய சிறுவயதிலிருந்து பார்க்கும்போது அவருடைய மனத்தைக் கவர்ந்தவர்கள், அவருடைய வாழ்க்கை நோக்கையும் கலை நோக்கையும் வெகுவாகப் பாதித்தவர்கள், அவருக்கு உற்ற துணையாக இருந்தவர்கள், இவர்கள் வாழ்க்கையிலெல்லாம் ஒரு சோக அம்சம் பொதுவாக இருந்திருக்கிறது. அநேக மாக எல்லாரும் அற்பாயுளில் மரித்திருக்கிறார்கள். பலர் தற்கொலை புரிந்துகொண்டிருக்கிறார்கள், அல்லது கொல்லப்பட்டிருக்கிறார்கள்.

1. **போலா யஸ்விலி** – ஜார்ஜியக் கவி. 'சிம்பாலி'ஸக் கவிதைகளின் ஒரு ஆரம்பகர்த்தா. சோவியத் ஆட்சி வந்ததை மனதார வரவேற்றுப் புகழ்கீதம் பாடியவர். பாஸ்டர்நாக்குக்கு அந்தரங்கமானவர். 1937இல் தற்கொலை.

2. **மரீனா த்ஸ்வெயேவா** – பாஸ்டர்நாக்கினால் விசேஷமாக மதிக்கப்பட்ட கவி. கணவன் முன்னாள் வெண்படையைச் சேர்ந்தவனாதலால் 1922இல் ரஷ்யாவை விட்டு வெளியேறி கணவனோடு ஐரோப்பாவில் வசித்து வந்தாள். இரண்டாம் யுத்த ஆரம்பத்தில் குடும்பத்தோடு திரும்பிய மரீனா, கணவன், பெண், பிள்ளை எல்லாம் ஆட்சியினரால் கைது செய்யப்பட்டுப் பழி வாங்கப்படுவதைக் கண்டாள். நகர்ப்புறங்களிலிருந்து கடத்தப்பட்டு, பின் உண்ண உணவுக்கும் வழி இல்லாமல் சுருக்கிட்டுத் தற்கொலை புரிந்துகொண்டாள். வருடம் 1941.

3. **செர்கி த்ரெத்யகாவ்** – நாடகாசிரியர். கட்சியின் 1937–38 ‘சுத்திகரிப்பு’ இயக்கத்தின் போது மறைந்து போனார்.

4. **கிஷ்யன் டபிட்ஜ்** – ஜார்ஜிய ‘சிம்பாலிஸ’ இயக்கத்தைச் சேர்ந்தவர். புரட்சியை வரவேற்றுப் புகழ் பாடியவர். 1935–36 ‘சுத்திகரிப்’பின் போது சுட்டுக் கொல்லப்பட்டார்.

5. **அலெக்ஸாண்டர் ஸ்கிரியபின்** – இளம் பாஸ்டர்நாக்கைக் காந்தம்போல் கவர்ந்தவர். இந்த நூற்றாண்டின் மாபெரும் சங்கீத மேதை என்றும் ஏற்கப்பட்டவர். சட்டக்கல்வி படித்துக் கொண்டிருந்த பாஸ்டர்நாக்கைத் தத்துவம் பயிலத் தூண்டியவர். ஸ்கிரியபின்னுக்கே தத்துவத்திலும் கண்ணுக்குப் புலப்படாத பிரபஞ்ச சக்திகள் மீதும் பெரும் நம்பிக்கையும் ஈடுபாடும் இருந்திருக்கிறது. ஒவ்வொரு சங்கீத நிகழ்ச்சியும் ஒரு வேள்வி போன்றது என்று எண்ணியவர். மாடம் பிளாவாட்ஸ்கி, அன்னிபெஸன்ட் அம்மையார் போன்ற பிரம்மஞான சபையினரின் அறிமுகம் பெற்றவர். பரவச நிலையில் சங்கீதம் இயற்றுபவர்; பரவச நிலை கேட்போருக்கு ஏற்படச் செய்யவல்ல அரிய கலைஞர். திடீரென்று 1914ஆம் ஆண்டில் மரணம். பாஸ்டர்நாக் தன் சுய சரிதத்தில் ஸ்கிரியபின் பற்றி ஒரு முழு அத்தியாயம் எழுதியிருக்கிறார்.

6. **பாரிஸ் வோகுவா** – நாவலாசிரியர். ‘அணையப் பெறாத நிலவு’ என்கிற ஒரு நாவலில் மேலாளர் (ஸ்டாலினின்) உத்திரவுப்படி ஒரு அதிகாரிக்கு வைத்தியம் செய்கிற வைத்தியர்கள் அவனைக் கொன்றுவிடுவதாக எழுதினார். அதிலிருந்து அதிருப்திக்கு உள்ளானார். அவர் அதன்பின் எழுதியது எதுவும் பிரசுரமாகாமல் தடையிடப்பட்டு சோவியத் எழுத்தாளர் சங்கத்திலிருந்தும் வெளியேற்றப்பட்டார். 1937இல் சுட்டுக் கொல்லப்பட்டார் என்பார்கள்.

7. **விளாடிமர் மாயகாவ்ஸ்கி** – பெரும் புகழ்பெற்ற ரஷ்யக் கவிஞர். “நூறு புத்தகங்கள் கட்சிக்காக இயற்றுவேன்” என்று புரட்சியை வரவேற்றவர். சில கருத்து வேறுபாடுகள் இருந்தாலும் பாஸ்டர்நாக்கின் பெருமதிப்பைப் பெற்றவர். ஆனால் 1928–29இல் வெளியான அவருடைய இரு கவிதைத் தொகுப்புகளும் விரக்தியும் நிராசையும் பிரதிபலிக்க இருந்தன. ‘அன்றாட வாழ்க்கை என்னும் பாறையில் அன்பெனும் படகு மோதிச் சிதறிவிட்டது’ என்று ஒரு குறிப்பு; பக்கத்தில் படுக்கையில் தன்னைத்தானே சுட்டுக்கொண்டு பிணமாக இருந்தார் மாயகாவ்ஸ்கி. வருடம் 1930.

8. **ஆசிப் மண்டல்ஸ்டம்** – கவி. சோவியத் ஆட்சி நிலைபெற்ற பிறகும் போல்ஷிவிசத்தைப் பகிரங்கமாகக் கண்டிக்கும் துணிவு

பெற்றவர். பாஸ்டர்நாக்கின் மாஸ்கோ இல்லத்தில் ஸ்டாலினைக் கிண்டல் செய்து ஒரு கவிதை வாசித்தார். கைது செய்யப்பட்டு நாடு கடத்தப்பட்டார்; மீண்டும் கைது செய்யப்பட்டார்; பின் காணவில்லை.

9. **நிக்கலே குமில்யாவ்** – 'சிம்பாலிஸ்' கவி. ரஷ்ய பிப்ரவரி புரட்சிக்குப் பிறகு அரசாங்க அதிகாரியாக பிரான்ஸுக்கு அனுப்பப்பட்டார். அடுத்த ஆண்டு ரஷ்யா திரும்பினார். வெண்படையைச் சேர்ந்து துரோகியென 1921ஆம் ஆண்டில் சுட்டுக்கொல்லப்பட்டார்.

10. **செர்கி இசெனின்** – ரஷ்யாவின் மகத்தான கவியாகக் கருதப்படுகிறவர். பாஸ்டர்நாக்குக்குக் கவிதைமீது ஈடுபாடு ஏற்பட இவரும் ஒருவிதத்தில் காரணமானவர். முப்பதாவது வயதில், 1925இல் தன் இலத்திலேயே ஓர் இறுதிக் கவிதை எழுதி, சுருக்கிட்டுத் தற்கொலை செய்துகொண்டார்.

11. **அலெக்ஸாண்டர் பிளாக்** – இன்றைய தலைமுறையின ரால் ரஷ்யாவின் மாபெரும் கவி என்று கொண்டாடப்படுபவர். மாயகாவ்ஸ்கி கோஷ்டியிலிருந்து பிரிந்துவந்த பாஸ்டர்நாக் முதல்தடவையாக பிளாக்கை 1921இல் சந்தித்தார். பாஸ்டர்நாக்கைப் போலவே பிளாக்கும் ஆன்மீகச் சிந்தனை யுடையவர். ரஷ்யப் புரட்சியின் கொந்தளிப்பை ஒரு சுத்திகரிக்கும் சூறாவளியாகத்தான் பிளாக் கற்பித்துக்கொண்டார். பிளாக் மீது பெருமதிப்பு வைத்திருந்த பாஸ்டர்நாக், முதல் சந்திப்பை நல்லதொரு நட்பாக வளர்த்துக்கொள்வதற்குள் அதே 1921 ஆண்டில் பிளாக் மரணமடைந்தார். அப்போது அவருக்கு வயது 41.

இந்தப் பட்டியல் நீண்டுகொண்டே போகிறது . . .

பாஸ்டர்நாக் சூழ்நிலைகளை மீறி வசிக்கக் கூடிய வலிமை பெற்றவர். அந்த வலிமையோடு கூடவே ஒரு குழந்தையின் மென்மையுடைய இதயமும் படைத்தவர். அவருடைய கவிதைகளிலும் உரைநடைப் பகுதிகளிலும் அவருடைய 'டாக்டர் ஜிவாகோ' ரஷ்ய ஆட்சியினரின் அதிருப்தியை விளைவித்ததற்காக குருஷ்சாவுக்கு அவர் மன்னிப்பு கோரி 'என்னை நாடு கடத்திவிடாதீர்கள்' என்று எழுதிய கடிதத்திலும் இந்த மென்மையுள்ளம்தான் காணப்படுகிறது.

பாஸ்டர்நாக் ரஷ்ய மண்ணின் மீது அளவுகடந்த பாசம் வைத்திருந்தார். தான் உண்மையென்று கண்டதையும் அனுபவித்ததையும்தான் எழுத வேண்டும் என்ற விருப்பம் கொண்டிருந்தார்.

பாஸ்டர்நாக்கின் தகப்பனார் லியனட் உயர்ந்த சைத்ரிகர். பல வர்ணப்படங்கள் தீட்டியதுடன் டால்ஸ்டாயின் தொடர் கதைகளுக்கும் அவர் படம் வரைந்திருக்கிறார். பாஸ்டர்நாக்கின் அன்னை ரோஸா, பியானோ வாத்தியத்தில் கச்சேரிகள் நிகழ்த்தும் அளவுக்குத் தேர்ச்சி பெற்றவர். மணத்திற்குப் பிறகு பொதுநிகழ்ச்சிகளில் கலந்துகொள்வதை விட்டுவிட்டாள். தன் சங்கீதப் படைப்புகளால் ஐரோப்பாவெங்கும் வெற்றி மாலை சூடித் திரும்பிய ஸ்கிரியபின் பாஸ்டர்நாக் குடும்பத்தாருக்குப் பக்கத்து வீட்டுக்காரராகச் சிலநாள் இருந்தார். பாஸ்டர்நாக் இயற்றிய சில கீதங்களை ஸிகிரிய பின் 'பரவாயில்லை' என்றும் அபிப்ராயப்பட்டிருக்கிறார். அப்படியிருந்தும் பாஸ்டர்நாக் தன்னுடைய சங்கீதப் பயிற்சியை விட்டுவிட்டார். சுமார் ஆறாண்டுகாலம் சங்கீதம் பயின்றபின் அதைக் கைவிடுவதில் ஓர் ஆழ்ந்த மனப்போராட்டத்தைப் பாஸ்டர்நாக் அநுபவித்திருக் கிறார். அவர் கூறிய காரணங்கள் அவ்வளவு பொருத்தமாக இல்லை. 'சங்கீத ஸ்வரங்களை என்னால் சரளமாகப் படிக்கக் கூட முடியவில்லை' ஸ்கிரியபின் சங்கீதம் வாசிப்பதைக் கேட்டுப் பலமுறை பரவசம் எய்தியிருக்கிறார். ஒருவேளை அந்த உச்ச கட்டத்தைத் தன்னால் எட்ட முடியாது, அதனால் சங்கீதம் பயிலுவதே பயனற்றது என்றும் தோன்றியிருக்கலாம்.

சங்கீதம், சட்டப்படிப்பு, தத்துவம் – இவற்றை ஒவ்வொன்றாகத் தள்ளிவிட்டு பாஸ்டர்நாக் 'கவிதையே என் வாழ்க்கைக் குறிக்கோள்' என்று 1913ஆம் ஆண்டில் தீர்மானித்திருக்கிறார். 'மேகங்களுக்கிடையில் இரட்டையர்' என்கிற ஒரு கவிதைத் தொகுப்பு 1914ஆம் ஆண்டில் வெளிவந்தது. முதல் உலக யுத்தம் மூண்டது.

பாஸ்டர்நாக் சிறுவனாயிருக்கும்போது எலும்பு முறிந்து ஒரு கால் குட்டையாகப் போய்விட்டது. ஆதலால் யுத்தத்தின்போது அவருக்குப் போர்க்களச் சேவையிலிருந்து விலக்குக் கிடைத்தது. யூரல்ஸ் பிரதேசத்தில் போர்ச் சாதனங்கள் தொழிற்சாலையில் குமாஸ்தாவாகப் பணியாற்றினார். 1917 புரட்சிக்குப் பிறகு மாஸ்கோ திரும்பிவந்தார். அதே ஆண்டில் அவர் இன்னும் இரு கவிதைத் தொகுப்புகளை எழுதி வெளியிட முடிந்திருக்கிறது. மூன்றாம் புத்தகம் 'வெள்ளிப் பதக்கத்தின் மறுபுறம்' கையெழுத்துப் பிரதியே காணாமல் போய்விட்டது.

(பல சமயங்களில் பாஸ்டர்நாக்கின் கையெழுத்துப் பிரதிகள் தொலைந்திருக்கின்றன. அப்படிப் போனதில் ஒரு நாவலும் காணாமல்போய்விட்டதாகத் தெரிகிறது. பாஸ்டர்நாக் தன் நூல்கள் தொலைந்துபோனதைக் குறித்துச் சிலவரிகள்

எழுதியிருக்கிறார். யதேச்சையாக அவை நிகழ்ந்தவை என்று நாம் ஒப்புக்கொள்வது கடினம். மனோதத்துவம் ஒரு விளக்கம் தருகிறது. ஒரு குறிப்பிட்ட பொருள் ஒருவனுக்கு அடிக்கடி மறந்துபோகுமானால் அப்பொருளால் நேரடியாகவோ மறைமுகமாகவோ அம் மனிதன் பெரும் மனப் போராட்டத்தை அனுபவித்திருக்க வேண்டும், அனுபவித்துக் கொண்டிருக்க வேண்டும்.)

'சிம்பாலிஸம்' தொடங்கி 'ஃபியூச்சரிஸம்' எனப்படும் ஓர் இயக்கத்துக்கு வழி அமைத்தது. இந்த இயக்கம் நவீன வாழ்க்கையின் அம்சங்களைக் குறித்துக் கவிபாடுவதில் ஆர்வம் கொண்டது. தொழிற்சாலை, பாதை, பாலம், இயந்திரம் இவைகளைத் தவிர்த்து எளிதில் விளங்காத ஆன்மீக, தத்துவார்த்த விஷயங்களைக் கவிதைக் கருவாகக் கொள்வதை எதிர்ப்பதே ஒரு முக்கிய குறிக்கோளாகக் கொண்ட இந்த இயக்கம் புதிய ரஷ்யாவின் அநேகக் கவிகளைக் கவர்ந்தது. இந்த இயக்கத்தின் முக்கிய தலைவர்கள் கிளெப்னிகாவ், மாயகாவ்ஸ்கி ஆகியோர். பாஸ்டர்நாக் 1920இல் மாயகாவ்ஸ்கியிடமிருந்து பிரிந்துபோனார். இந்த நூற்றாண்டின் மிகச்சிறந்த கவி எனக் கொண்டாடப்படும் பிளாக்கைச் சந்தித்தார். பிளாக் கவிதைகளில், ஆரம்பத்திலிருந்தே ஏதோ துர்ச்சகுனம் போன்றது ஒன்று ஒலித்துக்கொண்டிருந்தது. உலகத்தையும், தன் தேசத்தையும், ரத்த வெள்ளம் ஓடிய புரட்சியையும் அவர் ஒரு தத்துவக் கண்ணோட்டத்தில் பார்த்தார். புரட்சிக்குப் பிறகு இயேசு கிறிஸ்து தன் பன்னிரண்டு சீடர்கள் சூழ வரப் போகிறார் என்றெல்லாம் அவருக்குத் தரிசனங்கள் ஏற்பட்டதாகக் கூறுகிறார்கள். அவர் அற்பாயுளில் 1921இல் இறந்து போனது பாஸ்டர்நாக்குக்கு அதிர்ச்சியாகத்தான் இருந்தது. அதே ஆண்டில் பாஸ்டர்நாக்கின் தாய்தந்தையரும் ரஷ்யாவைவிட்டு வெளியேறினார்கள். அவர்கள் திரும்பிவரவேயில்லை.

பாஸ்டர்நாக் ரஷ்யாவிலேயே இருந்தார். சிலகாலம் அரசாங்க உத்தியோகம்கூட வகித்தார். அடுத்தடுத்து 1932ஆம் ஆண்டுவரை அவர் வெளியிட்ட ஒவ்வொரு கவிதையும், கவிதைத் தொகுப்பும் இலக்கிய உலகில் வரவேற்புப் பெற்றன. இலெனின், பிளாக், மாயகாவ்ஸ்கி ஆகியோருக்கு இணையான புகழும் மதிப்பும் பெற்றார். 'நன்னடத்தை' என்ற தலைப்பில் அவருடைய முதல் சுயசரிதம் தொடர்கட்டுரையாக 1929–31 ஆண்டுகளில் பிரசுரமாயிற்று. 'ஸ்பெக் – டார்ஸ்கி' என்ற கவிதை நாவலொன்றும் அந்த ஆண்டில் வெளியாயிற்று. அப்பொழுது பாஸ்டர்நாக், தான் பலத்த எதிர்ப்புகள் மத்தியில் இருப்பதை உணர்ந்தார். அவர்மீது எழுந்த குற்றச்சாட்டுக்கள்: நிர்ணயிக்கத் தக்க அரசியல் நிலை பெற முயலாமல் இருப்பது; சோஷலிஸ

யதார்த்தத்துடன் தான் ஒன்றுபடாமல் தனித்திருப்பது. இத்துடன் கூட அவர் குடும்ப வாழ்க்கையிலும் ஒரு கொந்தளிப்பு. விவாக ரத்து; மறுவிவாகம் 1931இல்.

இரண்டாம் யுத்தம் நடந்தபோது இயற்றிய தேசீய கீதங்களும் ஒருசில கவிதைகளும் தவிர பாஸ்டர்நாக் 1932இலிருந்து 1957வரை விசேஷமாக சுயமான படைப்புக்கள் ஒன்றும் வெளியிட வில்லை. அந்த இருபதுக்கும் அதிகமான ஆண்டுகளில் அவர் பல மொழிபெயர்ப்புகள் செய்தார். யஷ்விலி என்ற கவியின் நட்பு ஏற்பட்டதின் காரணமாக ஜார்ஜிய இலக்கியத்தில் ஈடுபாடு கொண்டு ஜார்ஜிய நூல்களை மொழிபெயர்த்தார். ஷேக்ஸ்பியரின் நாடகங்கள் பலவற்றை மொழிபெயர்த்தார். கதேயின் 'ஃபவுஸ்'டை மொழிபெயர்த்தார். ஸ்டாலின் 1953இல் இறந்தார். பாஸ்டர்நாக்கின் புதுநாவல் அடுத்த ஆண்டு வெளிவருவதாக அறிவிக்கப்பட்டது.

அடுத்த ஆண்டு அது வெளிவரவில்லை; அதற்கடுத்த ஆண்டும் வெளிவரவில்லை. அந்த அறிவிப்பே நிறுத்தப்பட்டுவிட்டது. ஆனால் ரஷ்யாவில் நாவல் வந்துவிடும் என்கிற நம்பிக்கையில் ஓர் இத்தாலியப் பத்திரிகைக்குக் கையெழுத்துப் பிரதி ஒன்று கொடுக்கப்பட்டது. ரஷ்யாவில் நாவல் நிராகரிக்கப்பட்ட சமயத்தில் இத்தாலியப் பதிப்பு வந்தே தீர வேண்டும் என்கிற அளவுக்கு வேலை முடிந்திருந்தது. இத்தாலியில் 1957இலும், பின்னர் ஆங்கில மொழியில் இங்கிலாந்திலும் அமெரிக்காவிலும் 1958இல் 'டாக்டர் ஜிவாகோ' வெளிவந்தது. அமெரிக்கப் பதிப்பு வெளிவந்த ஒரு மாதத்திற்குள் பாஸ்டர்நாக்குக்கு அந்தப் புத்தகத்திற்காக அந்த ஆண்டு நோபல் இலக்கியப் பரிசு அறிவிக்கப்பட்டது. இந்த அறிக்கை வெளிவந்த ஒரு வாரத்திற்குள் பாஸ்டர்நாக் சோவியத் எழுத்தாளர் சங்கத்தி லிருந்து அகற்றப்பட்டார்.

கடந்த கால வாழ்க்கையை மதிப்பிட்டு எழுத நேர்ந்த வெவ்வேறு தருணங்களிலும் பாஸ்டர்நாக் அதுவரை தான் படைத்ததையெல்லாம் பக்குவமற்றவை, 'என்னுடையது' என்று கூறிக்கொள்ள விரும்பாதவை என்று கூறியிருக்கிறார். மேன்மேலும் சீரிய படைப்புக்களையே படைக்க இயலும் அடக்க குணம் நிரம்பிய கலைஞன் அவ்வாறன்றி வேறுவிதமாகத் தன்னை மதிப்பிட்டுக் கொள்வதில்லை. பாஸ்டர்நாக் அந்தரங்கமாகத் தன்னைப் பற்றிக் குறைபட்டுக்கொள்வதில் மனமொடிந்து போயிருக்கமாட்டார். ஆனால் அவர் அதைப் பகிரங்கமாகத்தான் சொல்ல வேண்டியிருந்திருக்கிறது. அந்த முப்பத்தைந்து ஆண்டுக் காலத்தில் அவர் பல கலைஞர்கள் தற்கொலையில் தஞ்சம்

புகுந்ததைக் கண்டிருக்கிறார். பலர் தகவலே தெரியாமல் மறைந்து போனதையும் அறிந்திருக்கிறார். அவருடைய பெற்றோர்களே ஒருமுறை அந்த நாட்டைவிட்டு வெளியேறியவர்கள். பிறகு அங்கு திரும்பவே இல்லை. ஆனால் பாஸ்டர்நாக் தாக்குதல்கள், நிந்தனைகள், பயமுறுத்தல்களுக்கிடையில் ரஷ்யாவிலேயே தங்கியிருந்தார். 'டாக்டர் ஜிவாகோ' ஆட்சியினரின் அனுமதி பெறாமல் வேறு நாடுகளில் வெளியாகிப் பிரபலமும் அடைந்த குற்றத்திற்காக என்ன தண்டனை விதிக்கப்படுமோ என்று அச்சம் கொண்டு பாஸ்டர்நாக் நோபல் பரிசை அங்கீரித்துக் கொள்ள வில்லை. மாறாக குருஷ்சாவுக்கு மிகப் பணிவான கடிதம் எழுதினார். தன்னைத்தானே வெகுவாக நிந்தித்துக் கொண்டு 'என்ன தண்டனையும் ஏற்கச் சித்தமாயிருக்கிறேன், நாட்டை விட்டு மட்டும் கடத்தி விடாதீர்கள். இந்நாட்டை விட்டு வேறு எங்கோ வசிப்பது நான் உயிரற்றுக் கிடப்பதற்குச் சமமாகும்' என்று கெஞ்சியிருக்கிறார். கிறிஸ்து சகாப்த ஆரம்பத்தில் ரோமாபுரி மன்னன் அகஸ்டஸ், கவிஞன் ஆவிட்டை நாடு கடத்திவிட்டான். காமரசக் கவிதைகளில் ஈடு இணையற்று விளங்கிப் புகழ் உச்சத்தில் இருந்த ஆவிட்டுக்கு இக்கதி எதனால் நேர்ந்தது என்று இன்னும் நிச்சயமாக் கூற முடியவில்லை. அதன்பின் ஆவிட் பத்தாண்டுகாலம் மன்னனுக்கு மன்றாடி மன்றாடி விண்ணப்பங்கள் செய்து வந்தான். மன்னன் மனம் மாறவில்லை. ஆவிட் ரோம்நகரை நினைத்து ஏங்கியே உயிர் நீத்தான்.

பாஸ்டர்நாக் நாடு கடத்தப்படவில்லை. ஒதுக்கப்பட்டார். தலைசிறந்த கவி என்று உலகமெல்லாம் கொண்டாடியபடி இருக்க, பாஸ்டர்நாக் தன் மாஸ்கோ நகரச் சுற்றுப்புறத்து இல்லத்தில் மே *30, 1960* அன்று படுத்துத் தூங்கியவர் பின் எழுந்திருக்கவில்லை.

"மேகங்களுக்கிடையில் ஒரு இரட்டையர்' 'முட்டாள் தனமான ஒரு யுத்தம்', 'நன்னடத்தை' கட்டுரைகள் தேவையற்ற வக்ரங்களோடு எழுதப்பட்டது", "என் நடை, *1940*வரை, எனக்குப் பிடித்தமேயில்லை" என்று எல்லாம் தன் படைப்புகளைப் பற்றிக் கூறிக்கொண்ட பாஸ்டர்நாக் 'இதோ என்னுடைய மிக முக்கியமான புத்தகத்தை எழுதி முடித்துவிட்டேன். இது ஒன்றைப்பற்றித்தான் நான் வெட்கித் தலைகுனிய வேண்டியிருக்காது. இதோ 'டாக்டர்ஜிவாகோ'வும் அதன் ஒரு பகுதியான கவிதைகளும் இனி நான் பரிபூரண நம்பிக்கையுடன் தலைநிமிர்ந்து பதில் பேசக்கூடும்." இதை நவம்பர் *1957*இல் எழுதினார். நவம்பர் *1958*இல் தன்னையும் தன் நாவலையும்

நிந்தித்தபடி ஒரு மன்னிப்புக்கடிதத்தை ஓர் அரசியல்வாதிக்கு எழுதினார்!

பாஸ்டர்நாக் இன்னமும் உயிர்வாழ நேர்ந்திருந்தால் ஒரு பத்தாண்டுக் காலத்தில் அவராகவே 'ஜிவாகோ'வைப் புறக்கணித்திருக்கக்கூடும். வளர்ச்சியடைந்து போவதே இலக்கிய வாழ்வு என்று செயல்பட்ட அவருக்கு அவருடைய மற்ற படைப்புகள் சலிப்பும் அலட்சியமும் ஏற்படுத்தியதுபோல் 'ஜிவாகோ'வும் ஏற்படுத்தியிருக்கக் கூடும். மிகவும் விசாலமான உள்ளடக்கம் கொண்ட இந்த நூல் உருவ அமைப்பில் பல குறைபாடுகள் கொண்டதாகத்தான் காணப்படுகிறது. அநேக இடங்களில் ஆசிரியர் முன்னும் பின்னுக்குமாகக் கதையின் வரலாற்றைக் கொண்டு செல்கிறார். சுமார் 700 அச்சடித்த புத்தகப் பக்கங்கள் கொண்ட இந்த நூல் சரியாக முடியப் பெறுவதில்லை. அத்தியாயங்களில் ஒரு 'முடிவும்' அதற்குப் பிறகு ஒரு 'பின்னுரை'யுமாக இருக்கிறது. ஆனால் இந்த மலையத்தனை நூலில் நூற்றுக்கணக்கான சம்பவங்கள் மிகவும் நுணுக்கமாகவும் மென்மையுணர்ச்சியுடனும் கூறப்பட்டிருக்கின்றன. ஆரம்பம் முதல் இறுதிவரை ஒரே சுருதி இயல்பாகவே ஒலிக்கிறது. சொற்கள், வசனம், வர்ணனை இவை யாவற்றிலும் கண்ணியமும் பக்குவமும் தென்படுகிறது. பாஸ்டர்நாக் நிராகரித்தாலும் அவருடைய முதல் படைப்பிலிருந்து 'ஜிவோகோவின் கவிதைகள்'வரை ஆசிரியரின் புஷ்பம் போன்றதொரு மென்மையுணர்வைத்தான் அனுபவிக்க முடிகிறது. 1903இல் ஆரம்பித்து 1943ஆம் ஆண்டு வரை செல்லும் 'டாக்டர் ஜிவாகோ' நாவலில் ஜிவாகோ அடுத்தடுத்து மூன்று பெண்மணிகளுடன் குடும்பம் நடத்துகிறான். முறையாக மணந்துகொண்ட மனைவி, குழந்தையுடன் நாடு கடத்தப்பட்டு பாரிஸ் நகரத்தில் வசிக்கிறான். ஜிவாகோ அவர்களைத் திரும்ப ரஷ்யா அழைத்துவர முயற்சி செய்கிறானே தவிர தான் அங்கு ஓடிச் செல்ல முயலுவதில்லை. மனைவி தவிர லாரா என்ற பெண்ணுடன் தொடர்பு ஏற்படுகிறது. கடைசியாக மனைவி பாரீஸ் போனபிறகு, மாஸ்கோவில் மரீனா என்றொரு மாதுடன் ஜிவாகோ குடும்பம் நடத்தி, இரண்டு குழந்தைகளும் பிறக்கின்றன. ஒரு குறிப்பிடத்தக்க அம்சம். இந்தச் சேர்க்கை எதுவும், காமத்தில் ஏற்பட்டதாகச் சித்தரிக்கப் படவில்லை. ஒவ்வொரு சந்தர்ப்பத்திலும் அந்தரங்கமான உள்ளன்பு கொண்ட தம்பதிகளாகவே காணப்படுகிறார்கள். ஜிவாகோவின் மென்மையான அன்பு பெருகி வழியும் தன்மை அவனைக் கூட்டத்திலிருந்து விலகியிருக்கச் செய்கிறது. அதே நேரத்தில் அவன் அன்பு செலுத்த அவன் மனமறிந்த துணை ஒன்றுக்கு அவசியம் ஏற்படுகிறது.

ஷேக்ஸ்பியர் நூல்களின் மொழிபெயர்ப்பின் போது பாஸ்டர்நாக் பல விஷயங்களைக் கூர்ந்து பரிசோதிக்க வேண்டியிருந்திருக்கிறது. ஷேக்ஸ்பியரைப் பற்றி அவர் அடைந்த சில தீர்மானங்கள் இலக்கிய ஆர்வம் கொண்ட எவரையும் 'இக்கோணம் இதுவரை புலப்படாமல் இருந்ததே' என்று வியப்புறச் செய்யும்.

நான்கு நூற்றாண்டுகளாக ஷேக்ஸ்பியர் நாடகங்களைச் சுப முடிவு நாடகங்கள், சோக முடிவு நாடகங்கள் என்றுதான் பிரிப்பதுண்டு. பாஸ்டர்நாக், ஷேக்ஸ்பியர் நாடகங்கள் அனைத்தையும் யதார்த்தத்தில் உருவான படைப்புகள் என்று கூறினார். எந்த ஒரு நாடகத்திலும் சிரிப்பும் சோகமும் மாறி மாறித் தோன்ற வைப்பதே ஷேக்ஸ்பியரின் தனித்தன்மை: (இதை ஜான்ஸன், எலியட் போன்றோரும் குறிப்பிட்டிருக்கிறார்கள்.) ஹாம்லெட், ரோமியோ ஜூலியட், லேடி மாக்பெத், ஒதெல்லோ, லியர் மன்னன், ஆன்டனி – இப்பாத்திரங்களின் அமைப்புக்குப் பாஸ்டர்நாக் அளிக்கும் விளக்கமும் விமரிசனமும் மிகவும் அழகானதும் நுணுக்கமானதும் ஒப்புக்கொள்ளக்கூடியதுமாகும்.

தொடர்ந்த மனப்போராட்டத்தோடுதான் பாஸ்டர்நாக் தன்னுடைய 70 ஆண்டு கால வாழ்வை நடத்தியிருக்கிறார். இயற்கை தந்த நீண்ட ஆயுளை அவருடைய அன்பர்கள் பலரைப்போல் பாஸ்டர்நாக் தானாகவே குறுக்கிக்கொள்ள முயலவில்லை. வெறுப்பு, இகழ்ச்சி, ஒதுக்கிவிடப்படுதல் இவைகளுக்கு மத்தியில் கடைசிவரை உயிர்வாழக்கூடிய அபார வலிமையும் அவருக்கிருந்திருக்கிறது.

மரண தண்டனைக்குள்ளான குற்றவாளியின் சவ அடக்கத்தின்போதுகூட பைபிளிலிருந்து சில புனித வாசகங்கள் வாசிக்கப்படுவது உண்டு. ரஷ்யாவில் சம்பிரதாய சர்ச்சு எவ்வித நிர்ப்பந்தத்திற்கும் உட்பட்டதில்லை என்றுதான் கூறப்படுகிறது. ஆனால் பாஸ்டர்நாக்கின் உடல் அடக்கம் செய்யப்படும்போது ஒரு புனித வாசகமும் வாசிக்கப்படவில்லை. சவ அடக்கத்திற்கு எந்தச் சர்ச்சிலிருந்தும் எந்தப் பாதிரியும்கூட வரவில்லை.

தீபம், 1967

ஜார்ஜ் ஆர்வெல்

1. இரண்டு கால்களில் செல்லுவதெல்லாம் விரோதி.
2. நான்கு கால்களில் (அல்லது சிறகுகளினால்) நகருவதெல்லாம் தோழன்.
3. எந்த மிருகமும் உடை உடுக்கலாகாது.
4. எந்த மிருகமும் படுக்கையில் படுக்கலாகாது.
5. எந்த மிருகமும் மதுபானம் செய்யலாகாது.
6. எந்த மிருகமும் இன்னொரு மிருகத்தைக் கொல்லலாகாது.
7. எல்லா மிருகங்களும் சமம்.

ஓல்டு மேஜர் என்று அழைக்கப்பட்ட வயோதிகப் பன்றி, தான் இறப்பதற்கு நான்கு நாட்கள் முன்பு கண்ட கனவை நனவாக்கி, முதலாளியாகிய குடிகார ஜோன்ஸை விரட்டியடித்து, 'மானர் பண்ணை' என்றிருந்ததை 'மிருகங்களின் பண்ணை' என்று பெயரும் மாற்றி, மாபெரும் புரட்சியில் வெற்றிவாகை சூடிய பிறகு 'மிருகங்களின் பண்ணை' மிருகங்கள் எல்லாம் கூடிக் கலந்து ஒரு சமதர்ம, பொதுஉடைமைப் பிரகடனம் செய்தன. அப்பிரகடனத்தின் அடிப்படைகளைப் பண்ணையின் பெரிய கொட்டகையின் வெளிச்சுவரில் பெரிதாகக் கொட்டை எழுத்தில் எழுதின. அதுதான் அந்த ஏழு வாக்கியங்கள்.

இவ்வாறாகிய ஆரம்பம் கொண்ட 'மிருகங்களின் பண்ணை' *(Animal Farm)* என்ற தன் நாவலை ஜார்ஜ்

ஆர்வெல் 1944ஆம் ஆண்டு எழுதி முடித்தார். இங்கிலாந்தின் தீவிர சோஷலிஸ்டுகளில் ஒருவர் என்று அறியப்பட்டவர்; வரிசையாக ஐந்தாறு பதிப்பாளர்கள் அவருடைய புதிய நாவலை வெளியிட மறுத்துவிட்டார்கள். ஆனால் யுத்தத்தின் இறுதிக் கட்டம் நெருங்க நெருங்க ரஷ்யாமீது வைத்திருந்த நன்மதிப்பும் நம்பிக்கையும் பிரிட்டிஷ் மக்களிடமிருந்து அகல ஆரம்பித்தன. யுத்தம் முடிந்த மே 1945இல் 'மிருகங்களின் பண்ணை' புத்தகமாக வெளிவந்தது. எழுத்தை நம்பிப் பிழைக்க நேர்ந்த 18ஆண்டுகளில் முதல்தடவையாக ஜார்ஜ் ஆர்வெல்லுக்குப் பேரும் புகழும் பரவலாகக் கிடைத்தது. முதல்தடவையாகச் சிறிது பணப் புழக்கமும் ஏற்பட்டது.

ஜார்ஜ் ஆர்வெல் இந்தியாவில் பிறந்தவர். அவர் தகப்பனார் இந்திய அரசாங்கச் சுங்க இலாகாவில் ஒரு சிறு அதிகாரி. ஆர்வெல் பிறந்த 1903ஆம் ஆண்டுக்கு அடுத்த ஆண்டே அக்குடும்பம் இங்கிலாந்து திரும்ப வேண்டியிருந்தது. ஆர்வெல்லின் தகப்பனாருக்கு பென்ஷனாக மிகச் சிறிய தொகையே கிடைத்தது.

திடகாத்திரமான உடல்நிலை கிடையாது. வேறு சிறுவர்களோடு உற்சாகமாக ஓடி விளையாடக்கூடிய சூழ்நிலை கிடையாது. வீட்டில் தாய் தகப்பனார் எந்நேரமும் வரவுக்கும் செலவுக்கும் கட்டி வராமல் மௌனமாக இமிசைக்குள்ளாவதை உணராமல் இருக்க முடியாது. ஜார்ஜ் ஆர்வெல்லுக்கு வீடுதான் சோர்வடையச் செய்தது என்றில்லை. அவருடைய ஏழ்மை காரணமாகச் சலுகைச் சம்பள விகிதத்தில் அவர் பள்ளிக்கூடத்தில் சேர்த்துக்கொள்ளப்பட்டிருந்தார். மற்ற மாணவர்கள் எல்லாம் வசதி பெற்றவர்கள். வகுப்புகளில் சலுகைச் சம்பளத்தில் கல்விபெறுவது ஜார்ஜ் ஆர்வெல்லுக்கு அடிக்கடி நினைவூட்டப்பட்டது. அத்துடன் அவர் எல்லாரையும் விட உழைத்துப் படித்துப் பள்ளிக்கூடத்திற்குப் பெயர் வாங்கித்தருவது ஒரு தவறக்கூடாத கடமையாக வலியுறுத்தப்பட்டது இந்தப் பலவந்தங்களுக்காக ஆர்வெல் தம் பாடங்களை உருப்போட வேண்டியிருந்தது. பள்ளிப்படிப்பு முடிந்து ஈட்டனில் கல்லூரி நுழைவுப்படிப்புக்காகச் சென்றது அவருக்குப் பெருத்த பாரம் விலகியதுபோல் இருந்தது. மேற்கொண்டு படிக்க ஸ்காலர்ஷிப் கிடைத்துவிட்டது. ஈட்டனில் உபாத்தியாயர்கள் கடுமையாக இல்லை.

ஈட்டன் படிப்பு முடித்து ஆர்வெல் தொடர்ந்து ஆக்ஸ்போர்டு அல்லது கேம்பிரிட்ஜுக்கு சென்று படித்திருக்கலாம். ஆனால் படிப்பை அரைகுறையாக முடித்துக்கொண்டு ஆர்வெல் பர்மா வுக்குச் சென்றார். போலீசில் ஐந்து வருடங்கள் பணியாற்றினார்.

பிரிட்டிஷ் அரசின் பிரதிநிதியாக, அதிக எழுத்து வாசனையற்ற பர்மா குடிமக்களை அடக்கி ஆளும் வெள்ளைக்கார அதிகாரியாக அவர் இருந்த அந்த நாட்களில் சமுதாய அமைப்புப் பற்றிய பிரச்சினைகளைப் பரிசீலிக்கவும், தீர்வுகாண வழிகளைக் கண்டுபிடிக்கவும் தன்னுடைய கடமை என்று அவருக்குத் தோன்றிவிட்டது.

பர்மாவிலிருந்து 1927ஆம் ஆண்டு ஆர்வெல் தாயகம் திரும்பினார். சில காலம் பாரிஸில் வசித்தார். வறுமை முற்றிப்போய் ஒரு ஹோட்டலில் பாத்திரங்கள் கழுவிக்கொண்டு சேரியில் வாழ வேண்டிய நிலைமை வந்தது. அந்தக் காலத்தில்தான் ஆர்வெல் தான் ஒரு முழுநேர எழுத்தாளனாக வாழவேண்டும் என்று தீர்மானித்துக்கொண்டார். அன்றுவரை அவர் பெயர் எரிக் ஆர்தர் பிளேர் என்றிருந்தது. 'எரிக்' ஸ்காத்லந்துப் பூர்வீகத்தைக் குறிக்கும். அது ஆர்வெல்லுக்குப் பிடிக்கவில்லை. ஜார்ஜ் ஆர்வெல் என்று பெயர் மாற்றிவைத்துக்கொண்டார்.

வறுமையை நேரடியாக அனுபவித்த ஆர்வெல்லுக்கு பிரிட்டிஷார் காலனிப் பிரதேசங்களில் ஏகாதிபத்தியம் நடத்துவது பெருத்த அநீதியாகப்பட்டது. காலனி ஆட்சியைத் தாக்கி அவர் எழுதிய கட்டுரைகள் தன் சொந்த அனுபவங்களை வைத்து, எவ்வாறு அந்த அனுபவங்களைப் பெற வேண்டிய ஒவ்வொரு காலனிவாதியும் பெரும் அநீதியிழைப்பவனாகிறான் என்று விளக்குபவை. ஆர்வெல் எழுதிய நூல்களில் நாவல்களைத் தவிர மற்றெல்லாவற்றையும் சுயசரிதம், அரசியல் – சமுதாய மாறுதல் பிரச்சாரம் ஆகிய இருபிரிவுகளிலும் சேர்க்க வேண்டும்.

உலகத்தில் நிகழும் ஒவ்வொரு அநீதிக்கும் பொறுப்பைச் சாடும்முன் அநீதி இழைப்பவன், அல்லது இழைக்கப்படுபவன், இவ்விருவரில் ஒருவரோடு தன்னை ஐக்கியப்படுத்திக் கொண்டாலொழிய அந்த அநீதியைப் பற்றிப் பேசவும் உரிமை கிடையாது என்று ஆர்வெல் கருதினார். சமுதாய ஒழுங்கும் சமத்துவமும் ஏதோ அரசியல் சித்தாந்தத்தின் அடிப்படையில் இல்லாமல் "நீதி நெறிக்குட்பட்ட வாழ்வும் உலகமும் வேண்டும்" என்கிற விருப்பத்தினால் உண்டாக வேண்டும் என்று தீர்மானித்தார். ஏழைப் பாட்டாளிகளை உழைக்கவைத்துப் பயன்பெறும் முதலாளித்துவ வர்க்கம் ஆர்வெலின் தாக்குதலுக்கு எவ்வளவு உட்பட்டதோ அந்த அளவுக்கு அரசியல்வாதிகளும் சித்தாந்தச் சீடர்களும் சாடப்பட்டார்கள். ஒருமுறை ஆர்வெல் இங்கிலாந்தின் நிலக்கரிச் சுரங்கத் தொழிலாளிகளின் வாழ்க்கையை ஆராய்ந்து ஒரு புத்தகம் எழுத நேரிட்டது. அச்சமயத்தில் அவர் எழுதினார்:

"ஒருவிதத்தில் இந்தச் சுரங்கத் தொழிலாளிகள் உழைப்பதைப் பார்த்து நிற்பதற்கே வெட்கமாக இருக்கிறது. இவர்களுடைய முன்னேற்றமே எங்கள் மூச்சு என்று கூறும் அரசியல்வாதிகளும், தலைவர்களும் (சுரங்க முதலாளிகளைப் போலவே) சுரங்கத் தொழிலாளிகள் அவர்கள் பாட்டுக்குக் கண்ணில் கரித்தூசு, சுவாசப்பையில் கரித்தூசுடன் தோள் தசை நார் துவண்டு துடிக்க உழைத்துக்கொண்டே இருப்பதைத்தான் உள்ளூர விரும்புகிறார்கள். அவர்கள் (தலைவர்கள்) சொகுசாக வாழ, கட்சி கட்டிக்கொண்டு வாதாட, வீடு குளிரில் விறைந்திருக்காமல், சூடேற்றப்பட்டிருக்க நிலக்கரி வேண்டுமல்லவா..."

ஆர்வெல்லுக்குச் சித்தாந்தவாதிகளின் ஆர்வமும் வாதங்களும் நம்பிக்கைக்குரியனவாகவே தோன்றவில்லை. ஆனால் ஆக்கபூர்வமாக ஏதாவது செயலில் எல்லாரும் ஈடுபட்டிருக்க வேண்டுமென்றுதான் ஆர்வெல் நினைத்தார். பலாத்காரப் புரட்சியினால் ஓரிரவில் உலகத்தை மாற்றிவைப்பது சாத்தியம் என்பது, உண்மையில் ஒரு எதேச்சாதிகாரக் கும்பலை நீக்கி இன்னொரு அதே அளவு அல்லது இன்னமும் கொடூரமான ஒரு எதேச்சாதிகாரக் குழுவுக்கு இடமளிப்பதுதான் என்று கருதினார். அந்த நாளில்தான் ஸ்பெயின் உள்நாட்டு யுத்தம் ஆரம்பித்தது.

பாஸிஸக் கொடுமை ஸ்பெயின் நாட்டில் நீடிக்க வைக்கக் கூடாது என்று பல தேசத்தினரும் ஸ்பெயின் குடியரசினர் தரப்பில் சண்டை புரியச் சென்றனர். ஆர்வெல் பத்திரிகைகளுக்கு யுத்தச் செய்திகளும் கட்டுரைகளும் எழுதவென ஸ்பெயின் சென்றார். சிறுவயதிலிருந்தே பூஞ்சை உடம்புக்காரர். உள்நாட்டு யுத்தத்தில் ஈடுபட்டிருக்கும் ஒரு ஏழை நாட்டில் அவருக்கென்ன வசதிகளும் சௌகரியங்களும் கிடைத்திருக்கப் போகின்றன? ஆர்வெலுக்கு இது தெரியாமலில்லை. ஆனால் செய்தி அனுப்பச் சென்றவர் அநீதியை எதிர்க்கும் தொண்டராகத் தன்னைப் பதிவுசெய்துகொண்டுவிட்டார்.

ஸ்பெயின் குடியரசினர் தரப்பில் பல தேசத்துத் தனி நபர்கள் தொண்டர்களாக யுத்தம் புரிந்தனர். பல காரணங்களை உத்தேசித்து ஒரே படையாக வைத்திராமல் இத்தொண்டர்கள் வெவ்வேறு பிரிவுகளில் சேர்க்கப்பட்டனர். பொதுவாக இண்டர்நாஷனல் பிரிகேட் என்பதில்தான் பலர் சேர விரும்பினர். தொண்டர்களில் கணிசமான எண்ணிக்கை ரஷ்ய கம்யூனிஸ்டுகள். ஆனால் குடியரசுக் கட்சியிலேயே ஒரு சிறு இடதுசாரிக் கட்சி இருந்தது. பி.ஓ.யூ.எம். (P.O.U.M.) எனப்பட்ட அந்தக் குழுவில் ஆர்வெல் சேர்ந்துகொண்டார்.

இந்த யுத்தத்தின் நோக்கத்தைப் பற்றி வெகுசீக்கிரமே ஆர்வெல்லுக்குச் சந்தேகம் வந்துவிட்டது. குடியரசு பிழைக்க வேண்டும் என்று மேலெழுந்தவாரியாகக் கூறிக்கொண்டு அதில் உள்ள ஒவ்வொரு பிரிவும் சுய முன்னேற்றத்திற்காகவும் அதிகாரத்தைத் தன்வசப்படுத்திக்கொள்வதற்காகவும் பொய், பித்தலாட்டத்தில் ஈடுபட்டிருப்பதைக் கண்டார். ரஷ்ய கம்யூனிஸ்டுகள் தங்கள் ஆதிக்கமே மேலோங்க வேண்டும் என்பதற்காக அவர்களோடு தோளோடு தோள் கொடுத்து யுத்தம் புரிந்துவந்த பலரைத் துரோகம் செய்வதைக் கண்டார். ஊழல் மலிந்திருந்த இண்டர்நேஷனல் பிரிகேட் தான் புரியாத சண்டையை நிகழ்த்தியதாகவும் நூற்றுக்கணக்கில் பி.ஓ.யூ.எம். படை நடத்திய சண்டை நடக்கவேயில்லை என்பதாகவும் பொய்ப் பிரசாரம் செய்வதைக் கண்டார். கடைசியில் பி.ஓ.யூ.எம். பிராங்கோ ஆட்களுடன் சேர்ந்து சதி செய்கிற கூட்டம் என்று அதன் அங்கத்தினர்கள் ஸ்பெயினின் கம்யூனிஸ்டுகளால் சுட்டு வீழ்த்தப்படும் நிலைமைக்கு வந்துவிட்டது. ஆர்வெல்லும் அவர் மனைவியும் மயிரிழையில் தப்பி, பிரான்ஸ் நாட்டை அடைந்தனர்.

தர்ம யுத்தம் எனப்போக அதில் தர்மத்தைவிட ஊழலை யும் துரோகத்தையும் கண்ட ஆர்வெல்லுக்கு அந்த யுத்தம் இன்னொரு துன்ப அனுபவத்தையும் கொடுத்தது. ஒரு குண்டு அவர் கழுத்தைத் துளைத்து அவரை நிரந்தர நோயாளியாக்கிச் சென்றது.

நேரடியாகவும் மறைமுகமாகவும் ரஷ்யா இந்த ஸ்பெயின் உள்நாட்டு யுத்தத்தைத் தன் ஆதிக்கத்திற்காகப் பயன்படுத்திக்கொள்ள இறங்கிய முறைகள் ஆர்வெல்லைப் பெரிதும் கலக்கிவிட்டன. (ஸ்பெயின் உள்நாட்டு யுத்தத்தில் குடியரசு – கம்யூனிஸ்ட் படைகளில் நிறைந்திருந்த ஊழலை மட்டும் தம்முடைய நாவல் ஒன்றில் எர்னஸ்ட் ஹெமிங்வே விவரித்திருந்தார்.) சர்வதேசக் கொள்ளைக்காரன் என்று அறியப்பட்ட ஹிட்லருடன் அதே ரஷ்யா உடன்படிக்கையும் செய்துகொண்டு அக்கிரமமாக போலந்து நாட்டைப் பின்னிருந்து தாக்கியபோது ஆர்வெல்லுக்குக் கம்யூனிஸ்டு சித்தாந்தவாதிகள் மீது துரோகம் புரிந்து சுரண்டுபவர்கள்மீது வைக்கும் மதிப்புதான் கொள்ள முடிந்தது.

யுத்தகளத்தில் சென்று சுட்டுத்தள்ள ஆர்வெல் துடித்தார். ஆனால் அவரைத் தரைப்படை, கடற்படை, விமானப்படை மூன்றும் அவர் உடல்நிலை காரணம் நிராகரித்துவிட்டன. ஹோம்கார்டாகத்தான் அவர் செயல்பட முடிந்தது. யுத்தத்தின்

ஆரம்ப மாதங்களில் ஹிட்லருடன் சமாதானம் செய்து கொள்ள வற்புறுத்தி லண்டனிலேயே பல சுவரொட்டிகள் ஒட்டப்பட்டன. அவற்றை எல்லாம் வெகுதீவிரமாக ஆர்வெல் கிழித்தெறிந்தார். யுத்தம் முற்றிப் போகும் காலங்களில் சைன்யத்தில் அல்லாதவர்களுக்கு உணவு ரேஷன் மிகவும் குறைந்த அளவே கிடைத்தது. ஆனால் அதையும் பல தடவைகளில் ஆர்வெல்லும் அவர் மனைவியாரும் தியாகம் செய்துவிடுவார்கள். உண்மையில் 1945ஆம் ஆண்டில் அகால மரணமடைந்த ஆர்வெல்லின் மனைவியார் போதுமான போஷாக்கின்மையினால்தான் இறக்க நேரிட்டது என்று தெரிய வந்திருக்கிறது.

யுத்தத்திற்குத் தன்னாலான பணிகளை முழுமூச்சுடன் செய்துகொண்டிருந்த ஆர்வெல் சிறுகச்சிறுக ஒரு சிறு நாவலையும் எழுதி முடித்தார். ஜெர்மன் யுத்தம் முடிந்த 1945மே மாதம்தான் அது புத்தக உருவத்தில் வெளிவந்தது; அதுதான் 'மிருகங்களின் பண்ணை'.

நூறு பக்கங்களே கொண்ட 'மிருகங்களின் பண்ணை' அசல் வாழ்க்கையில் யார் யாரை மனத்தில் வைத்து எழுதப்பட்டது என்று புரிந்துகொள்ள அதிகம் பிரயத்தனப்பட வேண்டியதில்லை. ஜோன்ஸ் என்கிற குடிகார முதலாளியைத் துரத்தியடித்துவிட்டுப் பண்ணை மிருகங்கள் தமக்குத் தாமே கட்டுத்திட்டங்கள் ஏற்படுத்திக்கொண்டு பண்ணையை நடத்துகின்றன, நாட்கள் செல்லச் செல்லப் பன்றிகள் அதிகாரமனைத்தும் தங்கள் கைவசம் இருக்கும்படிச் செய்துகொள்கின்றன. பன்றிகளுக்குள்ளேயே ஒரு போட்டி. ஒரு பன்றி துரத்தியடிக்கப்படுகிறது. தந்திரமான பிரசாரத்தினாலும் விளக்கங்களினாலும் எல்லா மிருகங்களும் மனிதன் ஆதிக்கம் காட்டின நாட்களைக் காட்டிலும் இன்னும் அதிகமாக உழைக்க நேரிடுகிறது. சலுகைகள் கிடையாது. பயமுறுத்தல் உண்டு. சிறிதுசிறிதாகப் பன்றிகள் இரண்டு கால்களில் நடக்கக் கற்றுக்கொண்டு விடுகின்றன. உடை உடுக்கின்றன. சுகமான படுக்கையில் படுக்கின்றன. சிறப்பான உணவே உண்கின்றன. நன்றாக மதுபானம் செய்கின்றன. மற்ற மிருகங்களின் உழைப்பைக் கொண்டு பண்ணையில் உற்பத்தியாகும் பொருள்களை 'மிருகங்களின் அடிப்படை விரோதி' என்கிற மனித வர்க்கத்திடமே வியாபாரம் செய்கின்றன. மற்ற மிருகங்கள் தொடர்ந்து நடக்கும் கொடூர ஆதிக்கத்தினாலும் தந்திரமான பிரசாரத்தினாலும் சிந்திக்கும் ஆற்றலையும் இழந்து விடுகின்றன. பன்றிகள் வசிக்கும் மாளிகையில் ஒரு மாலை பெருத்த கொம்மாளம் கேட்கிறது. பன்றிகள் அக்கம்பக்கத்துப் பண்ணைக்காரர்கள் (மனிதர்கள்!) சூழ விருந்துண்கின்றன. ஜன்னல் வழியாக எட்டிப் பார்க்கும் மற்ற மிருகங்களுக்கு யார்

சில ஆசிரியர்கள் சில நூல்கள்   71

பன்றி, யார் மனிதன் என்றுகூட வித்தியாசம் கண்டுகொள்ள முடியவில்லை.

'மிருகங்களின் பண்ணை' லக்ஷக்கணக்கில் விற்றது. ஜார்ஜ் ஆர்வெல்லுடைய ஐந்தாவது நாவல் அது. மிகவும் சுவாரஸ்யமாகவும் நம்பக்கூடியதாகவும் எழுதப்பட்ட ஆர்வெல் நாவல் இது ஒன்றுதான் என்று விமரிசகர்கள் கூறினார்கள். 'மிருகங்களின் பண்ணை'யை அடுத்து '1984' என்றதொரு நாவலையும் ஆர்வெல் எழுதினார். திட்டமிட்டுச் செயல்படும் சர்வாதிகார ஆதிக்கத்தினால் எப்படி மனிதனின் சிந்தனை ஆற்றலும் மனித சரித்திரமுமே மாற்றி அமைக்கப்படக் கூடும் என்பதை ஹேஷ்யமாக எழுதிய நூல் '1984.' 'மிருகங்களின் பண்ணை' அநீதியையும் அவல நிலையையும் கூறுவதனாலும் ஒரு பயங்கர உணர்வை ஏற்படுத்தாது. ஆனால் '1984' ஆரம்பத்திலிருந்து முடிவுரை வாசகனை உச்சக்கட்டத்திலேயே நிறுத்திவைக்கக்கூடியது.

ஆர்வெல்லுக்குப் பேரும் பணமும் வந்து குவியும் நாளைக் காண அவருக்கு உற்ற துணையாகவும் ஏராளமான தியாகங்களும் புரிந்த அவருடைய மனைவி எய்லின் கொடுத்து வைக்கவில்லை. எய்லின் மறைந்து நான்காண்டுகளுக்குப் பிறகு, 1949ஆம் ஆண்டில், ஆர்வெல் மறுமணம் புரிந்துகொண்டார். அவரும் மனைவியுமாகச் சேர்ந்து பல இலக்கியப் பணிகள் திட்டமிட்டிருந்தனர். ஆர்வெல்லுக்கு ஜோஸப் கான்ராட் என்கிற எழுத்தாளரின் படைப்புகள்மீது மிகுந்த ஆர்வம் ஏற்பட்டிருந்தது. கான்ராட் பற்றி விரிவாக எழுதத் தகவல்கள் சேகரித்துக்கொண்டிருந்தார்.

உடல்நிலை சரியில்லை. ஸ்விட்ஜர்லாந்தில் வைத்தியம் புரிந்துகொள்ள எல்லா ஏற்பாடுகளும் செய்தாயிற்று. ஜனவரி 26, 1950 அன்று விமானத்தில் புறப்பட வேண்டும். அதற்கு மூன்றே நாட்களுக்கு முன்பு ஆர்வெல்லுக்கு ஒரு ரத்தக்குழாய் வெடித்துவிட்டது. சில நிமிடங்களில் உயிர் போய்விட்டது. வயது நாற்பத்தியேழு நிறைந்திருக்கவில்லை.

ஆரம்பத்திலிருந்தே ஆர்வெல்லுக்கு அழகான ஆங்கில நடை கைவந்திருக்கிறது; விஷயங்களை ரசமாகவும் எழுத முடிந்திருக்கிறது. வறுமை, நிராகரிப்பு, உடல் பலஹீனம் இவ்வளவு தடங்கல்கள் இருந்தும் ஐந்து நாவல்கள், வெவ்வேறு காலகட்டங்களைக் குறிக்கும் மூன்று சுய வரலாறுகள் மற்றும் ஏராளமானத் திறனாய்வு, சீர்திருத்தக் கட்டுரைகளும் எழுதியிருக்கிறார். அவரை ஒரு தீவிர சோஷலிஸ்டு என்றுதான் கூறுகிறார்கள். அவருடைய மனிதாபிமானம், அந்தரங்கசுத்தி பற்றி அவரோடு பழகியவர்கள் மிகவும் சிறப்பாகவே கூறுகிறார்கள்.

ஆர்வெல்லின் மாணாக்கனும் அவரைப் பற்றி ஆழமாக ஆராய்ந்தவருமான லியனல் டிரில்லிங்கு என்பவர் ஆர்வெல் பற்றி 'He was a virtuous man' என்றுதான் துவங்குகிறார்.

ஆர்வெல் பிரிட்டிஷ்காரர். ஆதலால் அவருடைய புத்தகங்கள், அவரைப் பற்றிய புத்தகங்கள் பிரிட்டிஷ் கவுன்சில் நூல் நிலையத்தில் இருக்கின்றன. அமெரிக்க நூல் நிலையத்தில் அமெரிக்கர்கள் எழுதிய புத்தகங்கள்தான் இருக்கும். ஷேக்ஸ்பியர் புத்தகம் கிடையாது. சார்லஸ் டிக்கன்ஸ் புத்தகம் கிடையாது. ஷா புத்தகம் கிடையாது. ஆனால் ஆர்வெல்லுடைய 'மிருகங்களின் பண்ணை', '1984' ஆகிய இரு புத்தகங்களும் இடம் பெற்றிருக்கின்றன.

தீபம், 1967

~

ஆண்டன் செஹாவ்

பிப்ரவரி 1904. ஒரு சம்பிரதாயப் பிரகடனம் கூட இல்லாமல் ஜப்பான், ரஷ்யாவின் வசமிருந்த போர்ட் ஆர்தரைத் தாக்கியது. அங்கு சைனாவோடு செய்துகொண்ட ஓர் ஒப்பந்தப்படி ரஷ்யா தன் கடற்படையின் ஒரு பகுதியை வைத்து இருந்தது. ஏப்ரல் மாதத்திற்குள் போர்ட் ஆர்தர் ஜப்பான் வசமாகிவிட்டது. ரஷ்யப் படைகள் உட்பிரதேசத்தில் முக்டன் திசையில் துரத்தப்பட்டன. கடல் யுத்தங்களில் யாரும் எதிர்பாராத வண்ணம் ஜப்பான் வெற்றிமேல் வெற்றியடைந்துகொண்டிருந்தது. ரஷ்ய தேசமெங்கும் கவலை பரவியது. ரஷ்ய சைன்யங்களால் ஜப்பானியரின் தாக்குதலைச் சமாளிக்க முடியவில்லை.

ரஷ்ய தளபதி ஜெனரல் கெல்லர் ஒரு தாக்குதலில் வீழ்ந்துவிட்டார். அவருடைய சடலம் மாஸ்கோவுக்கு இரயில் மூலம் கொண்டு வரப்பட்டது. மாஸ்கோ இரயில் நிலையத்தில் ஏராளமான மக்கள் குழுமியிருந்தனர். ஜெனரல் கெல்லரின் சடலப் பெட்டி ஊர்வலமாக எடுத்துச் செல்லப்பட்டது. ராணுவ வாத்திய கோஷ்டி சோக கீதத்தை நிதானமாக, ஆனால் வெகுதூரம் கேட்கும்படி வாசித்துப் போக, ஏராளமான மாஸ்கோ வாசிகள் அந்த ஊர்வலத்தில் மௌனமாகச் சென்றார்கள். அவர்கள் எல்லாருக்கும் ஒரு சந்தேகம் உறுத்திக்கொண்டிருந்தது. "நம் செஹாவ் ஒரு மகத்தான ரஷ்யர்தான். ஆனால் அவருடைய உடலுக்கு இந்த ராணுவ மரியாதை எதற்கு? யார் ஏற்பாடு செய்தார்கள்?" என்று வியந்துகொண்டே

போனார்கள். அவர்கள் அந்தப் பெட்டியில் செஹாவின் சடலம் இருந்ததாகத்தான் நினைத்திருந்தார்கள். செஹாவ் ஜூலை 2ஆம் தேதி பிளாக் ஃபாரஸ்ட் பிரதேசத்தில் பேடன்வீலர் என்கிற ஊரில் இறந்துவிட்ட செய்தி மாஸ்கோவில் ஆழ்ந்த துக்கத்தை ஏற்படுத்தியிருந்தது. அவருடைய சடலம் அன்றுதான் மாஸ்கோ இரயில் நிலையத்தில் எதிர்பார்க்கப்பட்டது. எளிமையான நடையில் பரிவு நிறைந்த சிறுகதைகளும் நாடகங்களும் எழுதி மகிழ்வித்த ஆண்டவன் செஹாவுக்கு இறுதி அஞ்சலி செலுத்த ஆயிரக்கணக்கில் குழுமியிருந்த அவர்கள் இராணுவ வாத்திய கோஷ்டியின் வாசிப்பைக் கேட்டபடி ஜெனரல் கெல்லர் சடலத்தின் பின் சென்றுகொண்டிருந்தார்கள்.

இரயில்வே நிர்வாகத்தில் நேர்ந்த ஒரு கவனக்குறைவினால் செஹாவின் உடல் 'மீன்' என்று குறிக்கப்பட்ட ஒரு குளிர்ப் பெட்டியில் அன்று மாஸ்கோ வந்து சேர்ந்தது. எழுபது, எண்பது பேர்களே விவரம் தெரிந்து அந்த உடல் பின்னால் சென்றார்கள், இந்தக் கூட்டத்தில் ஒரு வெண்புரவிமீது ஒரு பெரிய போலீஸ் அதிகாரி சவாரி செய்து வந்தார். அவர் ஜெனரல் கெல்லருக்காக வந்தவர்.

மாக்ஸீம் கார்க்கி வெகுண்டெழுந்தார். 'ஐயோ அந்த அற்புதப் பிறவியையா மீன்வண்டியில் கொண்டு வந்தார்கள்! ஓர் அழுக்குக் கூடையில் எடுத்து வந்ததுபற்றி அவருக்கு ஒன்றும் குறைந்துவிடப் போவதில்லை, ஆனால் நமக்கு – இந்த ரஷ்ய சமுதாயத்திற்கு . . . என்னால் இந்த அபசாரத்தை மன்னிக்க முடியவில்லையே!"

தன்னுடைய மரணத்தில்கூட செஹாவ் சிறிது ஏளனத்தையும் நகைப்பையும் கலந்துவிட்டார்.

செஹாவுடைய பாட்டனார் ஒரு செர்ஃப். ஏறத்தாழ அடிமைநிலையுடைய பண்ணை உழைப்பாளிகள். வம்சம் வம்சமாக இந்தக் கொடிய நிலை நீடிக்கக் கூடியது. செஹாவுடைய பாட்டனார் சுமார் 800 ரூபாய் செலவில் தன்னையும் தன் மனைவி மற்றும் மூன்று பிள்ளைகளையும் மீட்டுக்கொண்டார். தலைமுறை தலைமுறையாக ஊறிப்போயிருந்த அடிமைத்தனத்தை உதறித்தள்ள ஆண்டனும் பிரயாசைப்பட்டுக்கொண்டே இருக்க வேண்டியிருந்தது. அப்படியிருந்தும் செஹாவுக்கு ஒரு துவேஷ மனப்பான்மை வரவில்லை. வெறுப்பு, குரூரம் இவைகளுக்கெல்லாம் அப்பாற்பட்ட 'நல்ல கனவா'னான மன அமைப்பு அவருக்கு ஏற்பட்டது.

தகப்பனார் பாவெல் அளவுமீறிய கண்டிப்பும் கடுமையும் கொண்டவர். டாகன்ராக் என்ற ஊரில் கடை வைத்திருந்தார்.

ஆண்டன் மூன்றாவது மகன். பாவெல் வயலின் வாசிப்பார்; சித்திரங்கள் வரைவார்; பிள்ளைகளை நையப் புடைப்பார்; இத்தோடு சர்ச்சு கீதங்கள் பாடவல்ல குழுவாகத் தன் பிள்ளைகளை மாற்ற விசேஷப் பிரயத்தனங்கள் எடுத்துக்கொள்வார். அந்தச் சிறுபையன்கள் விடியற்காலை இரண்டு மணிக்கும் மூன்று மணிக்கும் எழுப்பப்பட்டுப் பாட்டுப்பயிற்சிக்கு உட்பட வேண்டும். இந்தப் பலாத்கார சங்கீதப் பயிற்சிக்குப் பாவெல் ஒரு விளக்கம் தருவார். "பாடுவது உடலுக்கு உரமூட்டும். சர்ச்சுக்குப் போவது ஆத்மாவுக்குத் திடமூட்டும்." இரண்டும் நிகழவில்லை. ஆண்டனும் சகோதரர்களும் பூஞ்சைகளாகவே இருந்து அற்பாயுளில் மரித்தார்கள். பலவந்தமாகத் திணிக்கப்பட்ட சர்ச்சு வழக்கம் அவர்களிடம் தெய்வ நம்பிக்கையை வளர்க்கவில்லை; நாத்திகர்களாக்கியது. மூத்த சகோதரர்கள் அலெக்சாண்டரும் நிகோலேயும் குடியும் கூத்தியருமாக அலைந்தார்கள். ஆண்டன் ஒருவர்தான் விதிவிலக்கு.

இருந்த பொருளெல்லாம் போய்க் கடன்காரர்களுக்குப் பயந்து பாவெல் குடும்பம் மாஸ்கோவுக்குச் செல்ல நேரிட்டது. ஆண்டன் மட்டும் தன் பள்ளிப் படிப்பை முடிக்க இன்னும் மூன்றாண்டுக் காலம் டாகன்ராக்கில் தனியாக இருந்தார். பள்ளிப் படிப்பு முடிந்த 1879ஆம் ஆண்டில் வைத்தியப் படிப்புப் படிக்க சிறுநிதியுதவி அவருக்குக் கிடைத்தது. ஆண்டனும் மாஸ்கோ வந்தடைந்து மருத்துவம் படிக்க ஆரம்பித்தார். அந்த ஆண்டில் அவருக்கு இருபது வயது முடியவில்லை. தகப்பனார் ஒரு வேலைக்கும் பிரயோஜனமில்லை. மூத்த சகோதர்கள் பொறுப்பற்று இருந்தார்கள். இருபத்தைந்து ரூபிள் உபகாரச் சம்பளம் பெற்று வைத்தியக் கல்லூரியில் படித்துக்கொண்டு, ஒன்பதுபேர்கள் அடங்கிய வசதிக் குறைவான குடும்பத்தையும் நிர்வகிக்க வேண்டிய நிர்ப்பந்தம் ஆண்டனுக்கு ஏற்பட்டது. ஆண்டன் செஹாவ் சிறுகதைகள் எழுத ஆரம்பித்தார்.

செஹாவுடைய கதைகள் மாஸ்கோ, பீட்டர்ஸ்பர்க் பத்திரிகைகளில் வெளியாகின. செஹாவ் தங்குதடையில்லாமல் எழுதினார். ஐந்தாண்டுகளுக்குள் நானூறுக்கும் மேற்பட்ட கதைகளை எழுதிவிட்டார். சரியாக 1884ஆம் ஆண்டில் டாக்டர் பட்டம் பெற்றார். அடுத்த ஆண்டு பீட்டர்ஸ்பர்க் நகரத்திற்குச் சென்றார்.

அங்குதான் முதல்தடவையாக செஹாவுக்குத் தான் எவ்வளவு புகழடைந்திருக்கிறோம் என்று தெரிய வந்தது. கடைசி நாட்கள்வரை அவருக்கு உற்ற நண்பனாக இருக்கப்போகும் சுவோரினை அப்போதுதான் முதல்தடவையாகச் சந்தித்தார்.

ஓர் எழுத்தாளர் உற்சாக மிகுதியில் "செஹாவ்மீது உட்கார்ந்த ஈயின் தடம் செல்லக்கூட லாயக்கில்லாதவன்" என்று இன்னொரு எழுத்தாளரைக் கண்டனம் செய்தார். இதெல்லாம் கண்ட செஹாவுக்குப் பயம் வந்துவிட்டது. அதுவரையில் அவர் தன் மனத்துக்குத் தோன்றியதைத் தோன்றியபடி எழுதி வந்தார். இனியும் அப்படி இருக்க முடியாது என்று தெரிந்துவிட்டது. அத்துடன் ஓர் இலக்கிய உணர்வும், திட்டமிட்டு எழுத வேண்டுமென்கிற ஆர்வமும் ஏற்பட்டது. அன்றிலிருந்து அவர் எழுதும் அளவு குறைந்தது. ஆனால் தரம் வளர்ந்து கொண்டே வந்தது. ஏறக்குறைய இருபத்தைந்து ஆண்டுகள் எழுதிய ஆண்டன் செஹாவின் படைப்புக்களில் இவ்வளர்ச்சி தொடர்ந்து இருந்திருக்கிறது.

சென்ற நூற்றாண்டின் எல்லா மேலைநாட்டு எழுத்தாளர்களையும் போல் செஹாவுக்கும் நாடக மேடைமீது கவனம் சென்றது. 'ஐவனாவ்' என்ற நாடகத்தை அவர் எழுதி, அது 1887ஆம் ஆண்டில் மாஸ்கோவில் மேடையேற்றப்பட்டது. அச்சமயம் அது பார்ப்போருக்குப் புரியவில்லை. அற்புதமாகச் சிறுகதைகள் எழுதிவரும் செஹாவினால் மோசமாக ஒன்றும் எழுதமுடியாது என்ற நம்பிக்கை மக்களிடை இருந்தது. அவர்களுக்கு நாடகம் பிடிக்கவில்லை; அது நன்றாக இல்லை என்று வெளிப்படையாகச் சொல்லவும் மனமில்லை. நாடகம் மேடையேற்றப்பட்டுத் தோல்வி அடைந்த அன்று மாறுபட்ட கருத்துக்களைத் தெரிவித்தவர்கள் ஒருவரையொருவர் தாக்கிக்கொண்டு பெருத்த குழப்பத்தையும் ஏற்படுத்தினார்கள்.

பொதுமக்களுக்கு இரண்டாண்டுகளில் ஒரு ஆச்சரியம் காத்திருந்தது. மாஸ்கோவில் சோபிக்காத 'ஐவனாவ்', பீட்டர்ஸ்பர்கில் 1889இல் மகத்தான வெற்றியடைந்தது. அதைத் தொடர்ந்து அந்த ஆண்டிலேயே மேடையேற்றப்பட்ட இன்னொரு புது செஹாவ் நாடகம் படுதோல்வி அடைந்தது. அடுத்த ஆண்டில் செஹாவ் தனது பிரசித்திபெற்ற சைபீரிய யாத்திரையை மேற்கொண்டார். செஹாவுக்கு அப்போது வயது முப்பது.

பத்து ஆண்டுகளாகக் காச நோயால் பாதிக்கப்பட்டு, அடிக்கடி ரத்த வாந்தி எடுக்க நேரும் மலின தேக நிலையுடன் செஹாவ் ஏன் கடும் குளிர், வசதிக் குறைவு, சரியான போக்கு வரவு சாதனமற்ற அந்தப் பிரயாணத்தை மேற்கொண்டார்? அந்த நாட்களில் தண்டனைபெற்ற குற்றவாளிகளைத் தான் சைபீரியா பிரதேசத்துக்கு ரஷ்ய அரசாங்கம் அனுப்பும். அவர்களைப் பாதுகாக்க நியமித்திருக்கும் அதிகாரிகள் கூடத்

தாங்கள் சைபீரியா அனுப்பப்படுவதே ஒரு தண்டனை என்று எடுத்துக்கொள்ள வேண்டும். செஹாவ் கைதிகளைப் பற்றித் தகவல் சேகரிக்கப் போவதாகத்தான் அறிவித்துப் போனார். ஆனால் அவர் பிற்காலத்தில் எழுதியதில் ஒரு கதையைத் தவிர வேறெதிலும் இந்தப் பிரயாண அனுபவம் உபயோகப்பட்டதாகத் தெரியவில்லை.

செஹாவ் நிறைவுபெறாத காதலை மறக்கத்தான் சென்றிருக்க வேண்டும் என்று ஓர் அபிப்பிராயம் இருக்கிறது. செஹாவுக்கு லிடியா அவிலாவ் என்ற மணமான பெண்மீது பற்றுதல் ஏற்பட்டிருந்தது. அவளை முதன்முதலாகச் சந்தித்த 1889ஆம் ஆண்டு அவருடைய உடல்நிலை சரியில்லை. எழுத்துத் துறையில் சிறிது தேக்கம் ஏற்பட்டிருந்தது. அவருடைய குடும்பத்துக்கே போதுமான அளவு அவரால் சம்பாதிக்க இயலவில்லை. இருந்தும் கல்யாணம்செய்துகொள்ளலாம். ஆனால் அவருடைய மனம் கவர்ந்தவள் மணமானவள். இத்தனை விஷயங்களும் முதலிலேயே அவருக்கு ஒரு மாதிரி புலப்பட்டிருக்க வேண்டும். ஆனால் அவர் சைபீரியா சென்று மாஸ்கோ திரும்பி வந்தபிறகும் லிடியா மீதான பிரேமை தணியவில்லை. அவர்கள் மூன்று நான்குமுறையே சந்தித்திருக்கிறார்கள். ஆனால் செஹாவின் கதைகளில் பலவற்றில் இருப்பதுபோல் எதேச்சையாக நேரும் ஏதோ பயனற்ற சம்பவங்கள் அவர்கள் இருவரும் மனம்விட்டுப் பேசிக்கொள்ளவோ ஒருவரை ஒருவர் இன்னமும் ஒன்றாகப் புரிந்துகொள்ளவோ முடியாமல் செய்துவிட்டன. மார்ச் 1897இல் லிடியாவை மாஸ்கோவில் தன் ஹோட்டல் அறையில் சந்திக்க ஏற்பாடாகியிருந்தது. ஆனால் அவர்கள் சந்திப்பதற்கு முதல்நாள்தான் செஹாவுக்குப் பயங்கரமாக ரத்த வாந்தி ஏற்பட்டுப்படுத்த படுக்கையாக இருந்தார். லிடியாவை ஏதோ சிறிது படிக்கச் சொல்லிக் கேட்டுக்கொண்டிருக்க முடிந்தது. அவ்வளவுதான். பேச அனுமதிக்கப் படாததால் ஒரே ஒரு குறிப்பு மட்டும் எழுதினார்: *'I do . . . thank you very much'* இதில் *do*-வை அடித்துவிட்டார், அடுத்த நாளும் லிடியாவைத் தன்னை வந்து சந்திக்கச் சொன்னார். ஆனால் லிடியாவுக்கு அவள் கணவனிடமிருந்து தந்திமேல் தந்தியாக வந்துகொண்டிருந்தது. லிடியா ஹோட்டல் வெளியே வந்தாள். அங்கே டால்ஸ்டாய் நின்றுகொண்டிருந்தார். அவருடைய 'அன்னா கரினானா' அப்போது எல்லாருடைய மனத்திலும் பசுமையாக இருந்தது. லிடியா தன் ஊருக்குத் திரும்பிவிட்டாள். செஹாவின் அடுத்த 'ஸீகல்' நாடகத்தில் லிடியாவைத்தான் கதாநாயகியாகப் படைத்திருக்கிறார் என்று கூறுவார்கள்.

‘ஸீகல்’ நாடகம் 1896ஆம் ஆண்டு பீட்டர்ஸ் பார்க்கில் அரங்கேற்றப்பட்டபோது படுதோல்வியடைந்தது. ஆனால் இரண்டாண்டுகள் கழித்து நாடக மேதை என்று இன்று கருதப்படும் நாடகத் தயாரிப்பாளர் ஸ்டானிஸ்லாவ்ஸ்கி தன்னுடைய மாஸ்கோ ஆர்ட் தியேட்டர் குழுவில் ‘ஸீகல்’ நாடகத்தை மாஸ்கோவில் மீண்டும் மேடையேற்றினார். இம்முறை அது அமோக வெற்றி பெற்றது. ஸ்டானில்லாவ்ஸ்கியுடன் நட்பு ஏற்பட்டபிறகு செஹாவ் மேலும் மூன்று நாடகங்கள் எழுதினார். ஒவ்வொன்றும் பேரும் புகழும் அடைந்தன. மாஸ்கோ ஆர்ட் தியேட்டர் செஹாவை ஒரு நாடக மேதையாக உலகுக்கு நிரூபித்தது. அத்துடன் அவருக்கு எஞ்சியிருந்த சில ஆண்டுகளில் மண வாழ்க்கையை அனுபவிக்கவும் காரணமாகியிருந்தது. மாஸ்கோ ஆர்ட் தியேட்டர் நடிகை ஆல்கா நிப்பரை செஹாவ் 1901ஆம் ஆண்டில் மணந்துகொண்டார்.

புகழும் பணமும் வந்து குவியும் அவ்வேளையில் செஹாவுடைய உடல்நிலை வேகமாக க்ஷீணிக்க ஆரம்பித்தது. இருபத்தைந்தாவது வயதில் ஆரம்பித்த காசமும் ரத்த வாந்தியும் அதிகரித்தபடியே இருந்தன. அவருடைய கடைசி நாடகமாகிய ‘செர்ரி ஆர்ச்சர்ட்’ அவரால் 1904இல் எழுதப்படும்போது பல தடவைகள் ரத்தமாக உமிழ்ந்தார். மிகக் குறுகிய காலத்தில் நூற்றுக்கணக்கில் கதைகளை எழுதிக் குவிக்க முடிந்தவரால் ஒருநாளைக்கு நான்குவரிகளுக்கு மேல் எழுத முடியாமல் போயிற்று. ஆனால் அவருடைய இலக்கியப்படைப்புகள் விடாமல் தேக உபாதைப்பட்டுக் கொண்டிருப்பவன் எழுதியதாகவே இருந்ததில்லை. வாழ்க்கை இயல்போடு ஒட்டியதாக நுணுக்கமான தகவல்களை மிக எளிதாகத் தெரிவிப்பதாக, சுருக்கமான முறையில், நகைச்சுவையோடு, ஆனால் மிகுந்த பரிவோடும் எழுதப்பட்டதாகவே இன்றும் காணலாம். ‘செர்ரி ஆர்ச்சர்ட்’ நாடகம் ஆல்கா நிப்பரைப் பிரதான நடிகையாகக் கொண்டதாக ஜூன் 1904இல் மாஸ்கோவில் மேடையேற்றப்பட்டது. அமோகமான கரகோஷத்துக்கிடையில் செஹாவ் தன் உடல்நிலை குறித்து பேடன்வீலர் என்கிற இடத்திற்கு எடுத்துச் செல்லப் பட்டார். ஜூலை மாதம் முதல் தேதியன்று செஹாவ் பேசிக் கொண்டிருந்தார். ஆல்கா நிப்பர் சிரிப்பை அடக்க முடியாமல் தவித்துக்கொண்டிருந்தார். வந்தவர்கள் அந்தக் கொழ கொழ அமெரிக்க பிரிட்டிஷ் தம்பதிகள், அந்த உல்லாசப் பிரயாணத்தில் தான் அவர்களுக்கு எவ்வளவு உற்சாகம்! பத்துமைல் நடந்தே அந்த ஹோட்டலுக்கு வந்து சேர்ந்தார்கள். அந்த ஐம்பது மைல் வட்டாரத்திலேயே அது ஒன்றுதான் ஹோட்டல். அந்த ஹோட்டலுக்கு ஒரே ஒரு சமையற்காரன். உலகப்பிரசித்தி

பெற்றவன் அவன். டர்க்கியை நறுக்குவதற்குக் கத்தியைத் தேடும்போதே இருநூறு மைலுக்கப்பால் இருக்கும் பிரபுக்களுக்கும் ராஜகுமாரர்களுக்கும் நாக்கில் ஜலம் ஊறும், அப்பேற்பட்ட சமையற்காரன். அந்த விருந்தைச் சாப்பிடுவதற்காகவே அந்தக் கொழ கொழ அமெரிக்கர், அவருடைய கண்மணி ஒரு கொழ கொழ பிரிட்டீஷ் வியாபாரி, அவருடைய கண்மணி ஆக இரு ஜோடிகள் பத்துமைல் நடந்தே வந்திருக்கின்றன. அப்பாடா என்று கொழ கொழக்களும் கண்மணிகளும் ஆசுவாசப்படுத்திக் கொண்டன. முகத்தைக் கழுவிக் கொண்டன. விருந்து உடை உடுத்திக்கொண்டார்கள். நான்கு ஜோடிக் கண்களும் ஒரே கண்ணாகச் சமையலறையைப் பார்த்திருந்தன. அப்புறம் நான்கு ஜோடிக் கால்களும் ஒரே காலாகச் சமையலறைக்கே சென்றன; அங்கு டர்க்கி இன்னமும் உயிருடன்தான் இருந்தது. அங்கே எல்லாமே உயிருடன்தான் இருந்தன. ஹோட்டல் கல்லாப் பெட்டி காணவில்லை. அத்துடன் அந்தச் சமையற்காரனும் காணவில்லை. கண்மணிகள் கொழகொழக்களைக் கண்மணி களாகப் பார்க்கவில்லை. அந்தப் பார்வையாலேயே அங்கே வைத்திருந்த உருளைக் கிழங்கு வெந்துவிட்டது . . .

அன்று இரவே செஹாவ் டாக்டரை அழைத்து வரச் சொன்னார். ‘நான் போய்க்கொண்டிருக்கிறேன்’ என்று டாக்டரிடம் சொன்னார். அவருடைய மார்பின் மீது ஐஸ் வைக்கும்போது ‘எதற்காகக் காலி இருதயத்தின் மீது ஐஸை வைக்கிறீர்கள்’ என்று கேட்டார். அப்புறம் நினைவு தவறிவிட்டது. ஏதேதோ சம்பந்தா சம்பந்தமில்லாத பேச்சுக்கள். ஜுலை 2ஆம் தேதியன்று, தனது நாற்பத்து நான்காவது வயதில் செஹாவ் தனது ஆயுளை முடித்துக்கொண்டார்.

ஊழல் குடும்பம், ஊழல் அரசாங்கம், ஊழல் சமுதாயம் இவை நடுவில் ஊழலைச் சகிக்க முடியாதவரும் அதே சமயத்தில் மனித குலத்தைப் புறக்கணிக்க முடியாதவருமாக செஹாவ் விளங்கினார். அவர் தன்னை ஒரு சீர்திருத்தவாதி, தர்மப் பிரசாரகன் என்றெல்லாம் எண்ணிக்கொள்ளவில்லை. வாழ்க்கையைத் திறமையாக வாழவேண்டும், எதிலும் ஓர் அளவு வேண்டும், அழகு வேண்டும், உற்சாகம் வேண்டும் – இதற்கு எவரும் ஒரு ‘நல்ல கனவா’னாக இருக்க வேண்டும் என்பதே அவருடைய இலட்சியம். தங்கள் வாழ்க்கை எவ்வளவு மோசமானதாயும் சாரமற்றும் இருக்கிறது என்பதை உறைக்கச் செய்வதே தன் நாடகங்களின் குறிக்கோள் என்று கூறினார். அதற்காக நீதிகளைப் புகுத்தவில்லை. இந்தக் காரணத்திற்காக டால்ஸ்டாய் ஒருமுறை செஹாவிடம் கூறினார்: “எனக்கு ஷேக்ஸ்பியரைக் கட்டோடு பிடிப்பதில்லை. ஆனால்,

ஆண்டன் உன் நாடகங்கள் அவைகளையும் தூக்கியடித்து விடுகின்றன! ஷேக்ஸ்பியராவது வாசகனை எங்கேயோ அழைத்துச் செல்வதுபோல உணரமுடிகிறது. ஆனால் உன் படைப்புகளோடு எங்கே போவது?" ஆனால் அதே டால்ஸ்டாய் இதையும் கூறினார்: "இலக்கிய உத்தியிலும் உருவ அமைப்பிலும் செஹாவை மிஞ்சக் கூடியவர்கள் கிடையாது. அவருக்கு ஈடிணை கிடையாது."

டால்ஸ்டாய் மணிக்கணக்காகப் பேசுவதைப் பதில் சொல்லாமல் கேட்டுக்கொண்டு செஹாவ் வெளியே வருவார். எரிச்சலுடன் "இந்த செஹாவ் ஒரு அப்பட்டமான நாத்திகன்" என்று டால்ஸ்டாய் கூறுவார்.

"ஒரு மனிதனுக்கு எவ்வளவு பூமி வேண்டும்" என்று செஹாவ் பதிலுக்குக் கிண்டல் செய்வார். "ஆறு அடி என்பது பிணத்துக்குத்தான். மனிதனுக்கு இந்த உலகம் முழுதும் போதாது. இந்தப் பிரபஞ்சம் போதாது. இயற்கை முழுதுமே உயிர்த்துடிப்புள்ள மனிதனுக்குப் போதாது . . ." ஆனால் ஒருவருக்கொருவர் ஆழ்ந்த அன்பும் மதிப்பும் இருந்தது. "டால்ஸ்டாயைப்போல் என்னால் வேறு யாரையும் நேசிக்க முடியாது" என்று செஹாவ் கூறியிருக்கிறார்.

வாழ்க்கையில் போலித்தனத்தை அறவே வெறுத்தார் செஹாவ். நாடக மேடை நடிப்பைப் பார்த்ததும் அவர் இதுதான் கூறுவார்: "இந்த நடிகர்கள் இன்னும் கொஞ்சம் குறைவாக 'நடித்தால்' நன்றாக இருக்கும்." வார்த்தைகளைக் கொட்டி எழுதுவதும் சிறிதும் பிடிக்காது. மாக்ஸிம் கார்க்கியைக்கூட இவ்விஷயத்தில் அவர் கண்டித்திருக்கிறார்: ". . . உங்கள் எழுத்தில் அடக்கம் குறைவு... இயற்கையை வர்ணிக்கும் நீங்கள் உரையாடலில் குறுக்கிடுகிறீர்கள். இந்த வர்ணனைகளைப் படிக்கும்போது அவை இரண்டு மூன்று வரிகளில் சுருக்கமாக நறுக்குத் தெறித்தாற்போல் இருக்கலாமே என்று தோன்றுகிறது..." இக் காரணத்திற்காக அவர் கார்க்கியைப் புறக்கணிக்கவில்லை. அதே கடிதத்தில் "நீங்கள் ஒரு கலைஞர். அறிஞர். விஷயங்களை அற்புதமாக உணருகிறீர்கள்," என்றும் எழுதியிருக்கிறார்.

அவருடைய கதைகளிலுள்ள சொற் சிக்கனத்தை நாடகத்திலும் காணலாம். அவருடைய நாடகங்களில் பல இடங்களில் 'மௌனம்' என்ற குறிப்பு இருக்கும். 'செர்ரி ஆர்ச்சா'டில் மட்டும் 35 'மௌனங்கள்' இருக்கின்றன.

பூர்ஷுவா சமூகத்தின் ஊழல்களையும் பலவீனங்களையும் எடுத்துரைத்தார் என்பதற்காகவே லெனினும் ஸ்டாலினும்

செஹாவைப் பிற்காலத்தில் கொண்டாடினார்கள் என்று சொல்வதுண்டு. 'வார்டு 6' இளைஞன் லெனின் மனத்தில் ஆழப்பதிந்த கதை.

செஹாவுக்கு ஒரு பாரபட்சமற்ற நோக்கு இருந்திருக்கிறது. அவருடைய ஹாங்காங்கு விஜயம் பற்றி நண்பர் சுவோரினுக்கு எழுதிய கடிதத்தில் இதைக் குறித்திருக்கிறார். "பிரிட்டிஷ்காரன் காலனிப் பிரஜைகளைச் சுரண்டுகிறான் என்று கூக்குரலிடுகிறோம். ஆனால் இங்கு எங்கு திரும்பினாலும் தன் வேலைக்காரர்களிடம் அவன் எவ்வளவோ பரிவோடு இருப்பதைத்தான் நான் காண முடிகிறது. பிரிட்டிஷ்காரன் சுரண்டுகிறான். அத்துடன் நல்ல சாலைகளை அமைக்கிறான்; சுகாதாரமான சாக்கடை வசதிகள் கட்டுகிறான்; மியூசியம் ஏற்படுத்துகிறான். உங்கள் சேதி என்ன? நீங்களும் சுரண்டுகிறீர்கள். பதிலுக்கு என்ன தருகிறீர்கள்?"

விஞ்ஞான வளர்ச்சியில் செஹாவுக்கு மிகுந்த அக்கறை இருந்திருக்கிறது. "விஞ்ஞானம் கற்பதனால் மனிதன் கெட்டுப் போவதில்லை. இன்னமும் வளர்ச்சிதான் அடைகிறான் . . . இலக்கியமும் விஞ்ஞானமும் கையோடு கைகோர்த்துச் செல்ல வேண்டியவை." ஜோலாவும் டால்ஸ்டாயும் தங்கள் படைப்புக்களில் மருத்துவச் சம்பந்தமான பகுதிகளில் செய்யும் தவறுகளைக் கண்டு அவருக்குப் பெருத்த எரிச்சல் ஏற்படும். "ஒரு இலக்கியகர்த்தா எனப்படுபவன் ஒரு ஆராய்ச்சியாளன் போலல்லவா சரியான விவரங்களை எழுத வேண்டும்?" என்பார்.

அற்பாயுளான நாற்பத்து நான்கு ஆண்டுக் காலத்தில் பாதிக்கு மேலாக செஹாவ் எழுதியிருக்கிறார். ஒருமுறைக்கு அடுத்த முறை தன்னைத் திருத்திக் கொள்ளவும், இன்னமும் அழகுபட எழுதப் பயிலுவதிலும் அவர் தயக்கமே கொண்டதில்லை. தன்னைத் தானே மதிப்பீடு செய்துகொள்வதோடு நண்பர்கள் கூறும் யோசனைகளையும் அபிப்பிராயங்களையும் கவனமாகக் கேட்டுக்கொள்வார். ஆனால் விமரிசகர்கள்மீது அவருக்கு நம்பிக்கையே அற்றுப்போய்விட்டது. "நானும் இருபத்தைந்து ஆண்டுகளாக என் கதைகளின் விமரிசனங்களைப் படித்து வருகிறேன். ஒருமுறைகூட ஓர் உபயோகமான அபிப்பிராயமோ வார்த்தையோ காண முடியவில்லை... உழுது கொண்டிருக்கும் குதிரையை உபத்திரவப் படுத்தும் ஈ போலத்தான் விமரிசகர்கள் இருக்கிறார்கள் ..."

அவர் இறந்து இருபத்தொன்பது ஆண்டுகளுக்குப் பிறகு சோவியத் ரஷ்யா அவருடலை இன்னொரு முறை விசேஷ கௌரவத்துடன் மாஸ்கோ ஆர்ட் தியேட்டர் அங்கத்தினர்களுக் காகப் பிரத்யேகமாக ஒதுக்கப்பட்ட பூமியில் அடக்கம் செய்தது.

அந்நிகழ்ச்சிக்கு ஆல்கா நிப்பர் வந்திருந்தார். 'செர்ரி ஆர்ச்சர்டு – நாற்பதாண்டு விழா' என்று 1944இல் கொண்டாடப்பட்ட வைபவத்தில் அந்நாடகம் நடிக்கப் பெற்றது. நாடகத்தின் பிரதான நடிகையாக ஆல்கா நிப்பர் நடித்தாள். ரஷ்யாவில் கார்க்கியின் 'லோயர் டெப்த்ஸ்' என்ற நாடகத்துக்கு அடுத்தபடியாக மிகவும் விரும்பப்படும் நாடகம் செஹாவின் 'செர்ரி ஆர்ச்சர்டு'தான் என்று கூறுகிறார்கள்.

செஹாவின் இறுதி ஊர்வலத்தில் ஏற்பட்ட மாறாட்டம் கூட மனித வர்க்கத்தில் மண்டியிருக்கும் ஊழல் தன்மையை இடித்துரைக்கும் செஹாவ் கதை போலத்தான் தோன்றுகிறது. ஆனால் ஒரு போர்வீரனின் சடலத்தோடு மாறாட்டம் நேரிட்டதிலும் ஒரு நியாயம் இருப்பதுபோல செஹாவின் கடைசி நிமிடங்கள் இருந்தன. சுயப்பிரஞ்ஞையற்று ஏதேதோ வார்த்தைகள் அவர் வாயினின்று வெளிப்பட்டுக் கொண்டிருந்தன. கூர்ந்து கவனித்ததில் இதை உணர முடிந்தது: "மஞ்சூரியா ... ஐயோ, அங்கே என் தேசத்தாரை ஐப்பானியர் கொன்று குவிக்கிறார்களே!"

இறுதி ஊர்வலத்தில் ராணுவ மரியாதை இதற்குத்தான் போலும்!

***தீபம்*, 1967**

~

இயன் ஃபிளெமிங்

மாலை ஏழரைமணிக்கு அந்த ஆம்புலன்ஸ் வண்டி இங்கிலாந்து காண்டர்பரி ஆஸ்பத்திரியை அடைந்தது. ஜேம்ஸ் பார்க்கர் என்கிற அந்த ஆம்புலன்ஸ்காரர் நோயாளியைத் தூக்கிச் செல்லத் தயாரானார். "உங்களை இப்படித் தொந்தரவு செய்யும்படியாகிவிட்டது" என்று வருத்தத்தோடு நோயாளி சொன்னார். "அதனாலென்ன பரவாயில்லை" என்றார் பார்க்கர். தனக்கு மிகப் பிடித்தமான நாவலாசிரியரைத்தான் தூக்கிச் செல்கிறோம் என்று பார்க்கருக்குத் தெரியாது.

ஆஸ்பத்திரியில் நோயாளிக்குப் பிராண வாயுவும் சுறுசுறுப்பு ஊட்டும் இன்செக்ஷன்களும் கொடுக்கப்பட்டன, ஆனால் அவர் சிறிதுசிறிதாக வலுவிழந்த வண்ணமே இருந்தார். மறுநாள் விடியற்காலை 1-10 மணிக்கு, ஆகஸ்ட் 13, 1964 தேதியன்று இயன் ஃபிளெமிங் காலமானார்.

இயன் ஃபிளெமிங் அவருடைய மனைவிக்கும் ஒரே மகனுக்கும் மொத்தம் மூன்று லட்சம் பவுண்டு ஆஸ்தி விட்டுச் சென்றார். அதில் இரண்டே கால் லட்சம் மரண வரியாகச் செலுத்தப்படவேண்டி யிருந்தது.

அதற்குச் சிலவாரங்கள் முன்புதான்... ஃபிளெமிங்குக்கு அவருடைய தாயார் ஒரு லட்சம் பவுண்டு விட்டுச் சென்றிருந்தாள். அதிலிருந்தும் 97005 பவுண்டு மரணவரி செலுத்தப்படவேண்டி யிருந்து.

அசோகமித்திரன்

ஃபிளெமிங் இங்கிலாந்தன்றி வேறு எந்தத் தேசத்தில் வசிக்கச் சென்றிருந்தாலும் கோடீசுவரனாகியிருக்கலாம். ஆனால் எந்த இன்பபுரிக்குச் சென்றாலும் எவ்வளவு சித்திரவதைக்கு உட்பட வேண்டியிருந்தாலும் எவ்வளவு காமக்கிளர்ச்சி தரும் சந்தர்ப்பங்களில் ஈடுபட்டாலும் தான் 'மாட்சிமை தங்கிய மகாராணியின் ஊழியன்' என்பதில் அணுவளவும் கலக்கம் கொள்ளாத அவருடைய கதாநாயகன் ஜேம்ஸ் பாண்டைப் போல் ஃபிளெமிங்குக்கும் பிரிட்டனைத் தவிர வேறு புகலிடம் தோன்றவில்லை.

பதின்மூன்று ஆண்டுக்காலத்தில் பதின்மூன்று புத்தகங்கள் எழுதி மூன்று கோடிப் பிரதிகளுக்கும் மேலாக விற்பனை சாதித்த ஆசிரியரை இதுவரை சரித்திரம் கண்டதில்லை. ஃபிளெமிங்கை ஒரு இலக்கிய கர்த்தா என்று யாரும் சொல்லவில்லை. ஆனால் அவருடைய சிருஷ்டியாகிய ஜேம்ஸ் பாண்ட் பற்றி ஏராளமான இலக்கிய ஆசிரியர்கள், அரசியல் தலைவர்கள், ஜனாதிபதிகள், நீதிபதிகள், மனோதத்துவ நிபுணர்கள் எவ்வளவோ பேசியிருக்கிறார்கள், எழுதியிருக்கிறார்கள்.

சென்ற உலக யுத்தத்தில் ஃபிளெமிங் பிரிட்டிஷ் கடற்படை இரகசியத் தகவல் ஸ்தாபனத்தில் பணிபுரிந்தார். *ஸண்டே டைம்ஸ்* என்கிற பத்திரிகையில் வேலைக்கிருந்தார். வருடத்தில் பத்து மாதங்கள் ஆலோசித்துத் திட்டமிட்டு இரண்டு மாதங்களில் ஒரு நவீனத்தை எழுதினார். இந்த அட்டவணையைத் தவறாமல் நிறைவேற்றி வருடத்திற்கு ஒரு புத்தகமாக வெளிக்கொண்டு வந்தார். முதல் புத்தகம் 'காஸினோ ராயர்,' கடைசிப் புத்தகம் 'தி மான் வித் தி கோல்டன் கன்' இந்தத் தகவல்களெல்லாம் இன்றைய மிகச் சாதாரண வாசகர்களுக்கும் தெரியும். அவரைப் பற்றியும் அவர் சிருஷ்டிகளைப் பற்றியும் சிறுசிறு கட்டுரைகளாக முன்னூற்றுக்கும் மேலாக இங்கிலாந்திலும் அமெரிக்காவிலும் ஐரோப்பிய நாடுகளிலும் எழுதப்பட்டிருக்கிறது. இன்றுவரை ஃபிளெமிங் பற்றி முழுப் புத்தகங்களாகப் பத்துக்கும் மேலாக வெளிவந்திருக்கின்றன. அவர் எழுதிய அத்தனை நாவல்களும் கதைகளும் திரைப்படங்களாக வந்துவிடும் என்று எதிர்பார்க்கப்படுகிறது. இதுவரை ஐந்து வந்துவிட்டன. ஒரு மர்மக்கதை எழுத்தாளர் இந்த அளவு வாசகரின் பாராட்டைப் பெற்றதில்லை. வியாபார ரீதியாகவும் இவ்வளவு வெற்றிகரமாக இருந்ததில்லை.

ஜேம்ஸ் பாண்டு மாதிரியான கதாபாத்திரம் வெகுநாட்களுக்கு முன்னதாகவே ஃபிளெமிங் கற்பனையில் உருவெடுத்தது என்று தெரியவருகிறது. அவர் கல்லூரிப் படிப்பில் தேர்ச்சிபெறுவது

அசாத்தியம் போலத் தோன்றிது. அதனால் அவருடைய தாயார் அவரை ராணுவ அதிகாரிகள் பயிற்சிச் சாலைக்கு அனுப்பித்தாள். (ஃபிளெமிங்குடைய தகப்பனார் மேஜர் ஃபிளெமிங் 1917ஆம் ஆண்டில் முதல் மகாயுத்தத்தில் குண்டடிபட்டு இறந்துபோனார். அப்போது இயனுக்கு வயது ஒன்பது.) ராணுவ அதிகாரி வாழ்க்கையின் கட்டுத்திட்டங்கள் இயனுக்குச் சரிப்பட்டு வரவில்லை. வெளிவிவகார இலாகாவில் சேர பிரஞ்சு, ஜெர்மன், ரஷ்யன் மொழிகளைக் கற்றார். ஆனால் இலாகா தேர்வுப் பரிக்ஷையில் வெற்றிபெற முடியவில்லை. ராய்டர் செய்தி ஸ்தாபனத்தில் தாயாரின் சிபாரிசினால் வேலை கிடைத்தது. செய்திகள் எழுதுவதில் தேர்ச்சியும் வேலையில் உற்சாகமும் நிரம்பிய அந்த ஆண்டுகள் ஃபிளெமிங் பிற்காலத்தில் மர்ம நவீனங்கள் எழுதுவதற்கு நல்ல அடித்தளம் ஏற்படுத்தித் தந்தன. ஜேம்ஸ்பாண்ட் பாத்திரத்தின் ஒரு தெளிவான வலதுசாரிப் போக்கை 1933ஆம் ஆண்டிலேயே ஃபிளெமிங் நிர்ணயித்திருக்க வேண்டும் என்று தெரியவருகிறது. அந்த ஆண்டில்தான் ஃபிளெமிங் மாஸ்கோ சென்றார். காரணம் நாச வேலை மற்றும் உளவு பார்த்ததாகவும் ஆறு ஆங்கிலேயர்கள் ரஷ்ய அரசாங்கத்தால் குற்றம் சாட்டப்பட்டு விசாரணைக்குட்பட்டிருந்தார்கள். அது குறித்துச் செய்தியனுப்ப வேறு பல பத்திரிகையாளர்களுடன் ரஷ்ய மொழியறிந்த ஃபிளெமிங்கும் மாஸ்கோ அனுப்பப்பட்டார்.

அந்த விசாரணையின்போதுதான் சில நாடுகளில், சில கொள்கைத் தீவிரவாதிகள் ஆட்சியில், நியாயஸ்தலம் என்பது எவ்வளவு குரோதமும் பீதியளிக்கக் கூடியதாயும் இருக்கக் கூடும் என்று ஃபிளெமிங் தெரிந்துகொண்டார். போலீஸ் விசாரணை முறைகளாலும் காவலில் வைக்கப்படும்போது சில விசேஷ உத்திகளாலும் கைதிகளின் மனநிலையை உருக்குலைய வைத்து குற்றங்களை அவர்களே ஒப்புக்கொள்கிற மாதிரியான சூழ்நிலை எப்படியெல்லாம் ஏற்படுத்தப் படுகிறது என்று கண்டுகொண்டார். நியாயஸ்தலத்திலும் குற்றம் சாட்டப்பட்டவர்களைச் சுற்றிச் சனியன் பொருத்தப்பட்ட துப்பாக்கி கொண்ட போலீஸ்... பிற்காலத்தில் ஐ.நாவில் சோவியத் யூனியனின் நிரந்தரப் பிரதிநிதியாகப் பதவிவகித்த விஷின்ஸ்கிதான் அன்று அந்த பிரிட்டிஷ்காரர்களைக் குற்றம் சாட்டும் பிராஸிகியூட்டர்...

அந்த ஆறு பிரிட்டிஷ்காரர்களுக்கும் உடந்தை என்று ஒரு ரஷ்யப் பெண்ணும் கோர்ட்டில் நிறுத்தப்பட்டிருந்தாள். இருபத்துமூன்று வயது அன்னா குடுஸோவாவின் அழகிய முகத்தில் பிரதிபலித்த பீதியை ஃபிளெமிங்கால் மறக்க முடியவில்லை. அந்தக் கண்கள் என்னென்ன பயங்கரங்களைப் பார்க்க நேர்ந்ததோ? என்னென்ன குரூரங்களை அந்த உடல்

அனுபவிக்க நேர்ந்ததோ? இருபதாண்டுகளுக்குப் பிறகு அந்த அன்னா குடுஸோவாதான் ஃபிளெமிங்கின் 'ஃபிரம் ரஷ்யா வித் லவ்' நவீனத்தில் டாஷியானாவாக உருப்பெற்றாள் என்று கூறுகிறார்கள். ஃபிளெமிங்குக்கு அவருடைய கதாநாயகன் எந்த மாதிரியான எதிரிகளைத் தகர்க்க வேண்டும் என்று அப்போதே நிர்ணயித்துவிட முடிந்தது.

ராய்டர் வேலைக்குப் பிறகு வர்த்தகப் பங்குகள் விற்பனைக் கம்பெனியில் ஃபிளெமிங் வேலை பார்த்தார். மீண்டும் பத்திரிகையாளனாக, 'டைம்ஸ்' பத்திரிகைக்காக, 1939ஆம் ஆண்டில் ரஷ்யா சென்றார். அங்கிருந்து திரும்பி வந்த உடனேயே அரசாங்க இரகசியத் தகவல் இலாகாவில் சேர்த்துக்கொள்ளப்பட்டார். ஆனால் அவர் ரஷ்யா சென்றதே இரகசியத் தகவல் இலாகாவுக்குத்தான் என்று சொல்கிறார்கள். பிற்காலத்தில் ரஷ்ய ரேடியோ ஃபிளெமிங் பற்றிக் குறிப்பிடும் போது பல தடவை 'அந்த முன்னாள் ஒற்றன்' என்றுதான் கூறியிருக்கிறது.

யுத்தம் வந்தது. ஒருமுறை இரசியத் தகவல்காரர் ஃபிளெமிங்கும் அவருடைய அதிகாரியும் லிஸ்பன் செல்ல வேண்டியிருந்தது. அங்கே உளவு, மாற்று உளவு, மாற்று மாற்று உளவு என்று எங்கு பார்த்தாலும் உளவு பார்த்தாலும் ஒற்றர் வேலையும் நடந்துகொண்டிருந்தது. எந்தக் கணமும் யாருக்கும் உயிர்க்கபாயம். ஆனால் பகிரங்கமாக எந்த அதிகாரியிடமும் பாதுகாப்பு பெற முடியாது. கேளிக்கைத் தலங்களான காஸினோக்களில் ஒற்றர்கள் சூதாடிக்கொண்டிருப்பார்கள். மூன்று நாஜி ஒற்றர்களுடன் ஆடி அவர்களுடைய பணத்தையெல்லாம் ஜெயித்துவிடுவதாகச் சொல்லி ஃபிளெமிங் உட்கார்ந்துகொண்டார், இந்தக் காரியத்தை அவருடைய அதிகாரி செய்ய முடியவில்லை. அவருக்கு அந்த ஆட்டம் ஆடத் தெரியாது. ஃபிளெமிங் நல்ல ஆட்டக்காரர். ஆனால் ஒருமணி நேரத்திற்குள் அவருடைய ரு. 650 நாஜிகள் கைக்கு மாறியது.

ஃபிளெம்மிங்குடைய முதல் நவீனம் 'காஸினோ ராயல்' சூதாட்டத்தைப் பின்னணியாகக் கொண்டது. அவருடைய கதாநாயகன் ஜேம்ஸ்பாண்ட் தோற்பதில்லை.

யுத்தம் முடிவதற்கும் 'எல்லா ஒற்றர்கள் கதையையும் தூக்கி எறியும்படியான ஒற்றன் கதை' எழுத ஃபிளெமிங் தீர்மானிப்பதற்கும் சரியாக இருந்தது. ஆனால் அந்த ஒற்றன் கதை, முதல் கதை, வெளிவர எட்டு வருடங்கள் ஆயின. 'காஸினோ ராயல்' 1953இல் வெளியாயிற்று.

ஜேம்ஸ் பாண்ட் என்ற ஒரு பாத்திரத்தை நிர்ணயித்து வைத்துக்கொண்டாலும் ஃபிளெமிங் கதையோட்டத்திற்குத்தான் முக்கியத்துவம் தருவதாகத் திட்டமிட்டுக்கொண்டார். அவராக நேராகப் போயிருக்காத பிரதேசத்தை அவர் கதைகளுக்குப் பின்னணியாக வைத்துக்கொண்டதில்லை. சிறுசிறு தகவல்களையும் ஆதார பூர்வமாக எழுதவேண்டுமென்று கடுமையாக உழைப்பார். ஆனால் இயன் ஃபிளெமிங்குக்கு ஜேம்ஸ்பாண்ட் பாத்திரத்தைச் சிருஷ்டி செய்ததற்காக என்றுதான் புகழ் குவிந்தது.

இத்தனைக்கும் ஜேம்ஸ்பாண்டுடைய ஒற்றர் உளவுமுறைகள் அசல் வாழ்க்கையில் அபத்தமானவை என்று சிறிதளவு புத்திக் கூர்மை படைத்தவர்கள் கூடச் சொல்லிவிடுவார்கள். ஜேம்ஸ் பாண்டுடைய பழக்க வழக்கங்கள், அவனுடைய ஆர்ப்பாட்டமான சாப்பாடு, விசேஷ சிகரெட், பிரத்யேக 'காக்டெய்ல்' கலவை (ஒருமுறை ஃபிளெமிங்கே அதைக் குடிக்க முயன்று அதைச் சகிக்க முடியாமல் தூரக் கொட்டினாராம்) – இதெல்லாம் எந்த உண்மையான ஒற்றனுக்கும் ஒவ்வாதது. ஒரே நாளில் அவன் கண்டுபிடிக்கப்பட்டுவிடுவான். ஆனால் இதற்கு ஃபிளெமிங் கொடுத்த விளக்கம், 'என் கதாநாயகன் உயிரைப் பணயம் வைத்துச் செயல்படுபவன்; எந்தக் கணமும் பயங்கரச் சித்திரவதைக்குட்பட்டு உயிரை இழக்கக் கூடியவன்; அப்படிப்பட்டவனுக்குச் சில விசேஷ சலுகைகள் கொடுப்பதை யாரும் மறுக்கக் கூடாது.'

ரஷ்யப் பத்திரிகையான 'காம்சொமால் ஸ்காயா பிராவ்தா' ஜேம்ஸ் பாண்டை அமெரிக்க ஏகாதிபத்தியத்தின் சின்னமாகக் குறிப்பிட்டது; பாண்டுடைய சீரழிவு முறைகளைத்தான் சி.ஐ.ஏ. பயிற்சியாகப் பெறுகிறது; முன்பு ஒற்றனாக இருந்து இப்போது உதவாக்கரை எழுத்தாளராக மாறியிருக்கும் ஃபிளெமிங்கை அண்டிப் பிழைக்க நேரிட்டிருக்கும் அமெரிக்கர்களின் பரிதாப நிலையை என்ன என்று சொல்வது ...

நாட்கள் செல்லச் செல்ல ஃபிளெமிங்குக்கே ரஷ்யா அலுத்துப்போய்விட்டது. மேற்கு நாடுகளும் ரஷ்யாவும் பல விஷயங்களில் ஒருமித்துப் போக ஆரம்பித்துவிட்டன. ஜேம்ஸ் பாண்டுடைய சாகசங்களுக்குத் திரும்பத் திரும்ப ரஷ்யாவை ஓர் இலக்காக அமைப்பது ஒரு மர்மக் கதைக்குக் கூடப் பொருந்தாத நிலைமை என்று ஏற்பட ஆரம்பித்துவிட்டது. ஃபிளெமிங் களைத்துவிடவில்லை. சர்வதேச ரீதியில் சமூகத் துரோகிகளைக் கொண்ட ஒரு குழுவை ஏற்படுத்தி அதற்கு 'ஸ்பெக்டர்' *(Spectre)* என்று பெயரிட்டு ஜேம்ஸ்பாண்டை உத்தியோகமில்லாமல் போகும் நெருக்கடியிலிருந்து மீட்டார். ஸ்பெக்டர் வரும்

'தண்டர்பால்' என்கிற நவீனம் அணுகுண்டுகளைத் தூக்கிச் செல்லும் விமானம் ஒன்று வழிப்பறி செய்யப்பட்டு, அந்தக் குண்டுகள் கடலுக்கடியில் ஒளித்துவைக்கப்படுகின்றன என்ற கதை அமைப்பைக் கொண்டது. இக்கதை எழுதப்பட்டு மூன்று ஆண்டுகளுக்குப் பிறகு நிஜமாகவே ஒரு விமான விபத்து ஏற்பட்டு அதிலிருந்த நான்கு ஹைட்ரஜன் குண்டுகளைத் தேடி எடுக்க வேண்டியிருந்தது. அதில் ஒரு குண்டு கடலில் விழுந்துவிட்டது. அதை கண்டுபிடித்து வெளிக்கொணர எடுத்துக்கொண்ட முயற்சிகள் ஃபிளெமிங்கின் 'தண்டர் பால்' நவீனம் எவ்வளவு பொருத்தமான ஊகத்தைக் கொண்டு எழுதப்பட்டிருக்கவேண்டும் என்று ஆச்சரியமளித்தன. ஆனால் 'தண்டர்பால்' புத்தகம் வெளிவந்தவுடன் ஒரு சினிமா எழுத்தாளர் ஃபிளெமிங்மீது வழக்குத் தொடர்ந்தார். அந்த எழுத்தாளர், கதையின் பெரும்பகுதி தன்னுடையது என்றார். வழக்கு கோர்ட்டுக்கு வெளியில் தீர்க்கப்பட்டது.

சாகசம் நிரம்பிய ஜேம்ஸ் பாண்டுடைய வாழ்க்கைக்கும் ஃபிளெமிங்கின் வாழ்க்கைக்கும் ஒரு சில ஒற்றுமைகளே உண்டு. இருவரும் ஏராளமாக சிகரெட் (ஒருநாளைக்கு 60க்கு மேல்) குடிப்பவர்கள். இருவரும் உயர்ரகப் பானங்களில் ஈடுபாடு கொண்டவர்கள். ஜேம்ஸ் பாண்டுடைய சாகச வாழ்க்கை மட்டும் ஃபிளெமிங் அடைந்திருக்கவில்லை. அவருண்டு, அவருடைய மாளிகை உண்டு, காரியாலயம் உண்டு என்று வாழ்ந்தார். வம்பளப்பது, அனாவசியமாகப் பேசிக்கொண்டிருப்பது அவருக்குப் பிடித்தமில்லாதவை. மேஜைமீது அவர் வைத்திருந்த ஒரு பித்தளை நெப்போலியன் பொம்மையைப் பார்த்து வருவோர் போவோரெல்லாம் கேள்வி கேட்கிறார்கள், இல்லாத அர்த்தங்கள் எல்லாம் கற்பித்துக் கொள்கிறார்கள் என்ற காரணத்திற்காக அந்தப் பொம்மையை உள்ளே எடுத்து வைத்துவிட்டார். நிறைய கால்ஃப் ஆட்டம் ஆடுவார். அவரோடு ஆட்டம் ஆடுபவர்கூட அனாவசியப் பேச்சு ஹாஸ்யம் பேசுவது அவருக்குப் பிடிக்கவில்லை. மிதமிஞ்சிய சிகரெட்டும் கால்ஃபும்தான் அவர் முடிவைத் துரிதப்படுத்தின என்று கூறுவார்கள். ஆகஸ்டு 11ஆம் தேதி அவர் இருதயக் கோளாறினால் நோயுற்றார். 13ஆம் தேதி மறைந்துவிட்டார். அதற்கு இரண்டு மாதங்கள் முன்புதான் ஆரம்ப நாளிலிருந்து முடிவுவரை அவருக்கு உற்ற துணையாயும் பாதுகாப்பாளராகவும் இருந்த அவருடைய தாயாரின் மறைவு ஏற்பட்டிருந்தது.

ஜேம்ஸ் பாண்ட் கதைகள் ஃபிளெமிங்குக்கே அலுத்துப் போயிருக்க வேண்டும் என்று கூறுகிறார்கள். உண்மையில் உலக மக்களிடையே அவருடைய கதாபாத்திரம் இவ்வளவு பெரிய

கிளர்ச்சியை ஏற்படுத்தி, வாசகர்கள் தூண்டுதலுக்காகவாவது வருடாவருடம் ஒரு நவீனத்தை எழுதி முடிக்க வேண்டிய நிர்ப்பந்தமே ஃபிளெமிங்கை மிகவும் சிரமப்படுத்தியது என்றும் அபிப்பிராயப்படுகிறார்கள்.

இன்னமும் ஜேம்ஸ் பாண்ட் என்கிற சொல்லே ஒரு மந்திரமாக இருப்பதற்கு அநேக நிரூபணங்கள் இருக்கின்றன. ஜேம்ஸ் பாண்ட் ஷர்ட், *007* டை, ஜேம்ஸ் பாண்ட் சூட், *007* தொப்பி, ஜேம்ஸ்பாண்ட் பனியன், *007* கைக்குட்டை – இப்படிப் பெயரிட்ட பொருள்கள் சூறாவளியாக வியாபாரமாகின்றன. பிரிட்டன், அமெரிக்கா, பிரான்சு என்று மட்டுமில்லை. உலகத்தின் எல்லாப் பகுதிகளிலும் ஜேம்ஸ்பாண்ட் – *007* மையல் பரவி இருக்கிறது.

ஃபிளெமிங் சம்பவங்களை முக்கியமாக வைத்துத்தான் நவீனங்களை எழுத ஆரம்பித்தார். ஆனால் அவருடைய கதாபாத்திரம்தான் உலகத்தில் ஒரு கிறுக்கையே ஏற்படுத்தி விட்டது. ஏதேதோ விளக்கங்கள் கூறப்படுகின்றன. ஃபிளெமிங்கே ஒரு விளக்கம் தந்தார். *'Perhaps Bond's blatant heterosexuality is a subconscious protest against the current fashion for sexual confusion. Perhaps the violence springs from a psychosomatic rejection of welfare wigs, teeth and spectacles and Bond's luxury meals are simply saying "no" to the toad in the hole and telebickies ... who can say? Who can say whether or not Dr. Fu Manchu was a traumatic image of Sax Rohmer's father? Who, for that matter of that, cares?'*

ஃபிளெமிங் இந்த விளக்கத்தில் என்ன சொல்லியிருக்கிறார் என்று புரியவில்லை. ஆனால் எளிதில் விளங்கக்கூடிய விருவிருப்பான, சுவாரஸ்யமான புத்தகங்கள் அவருடையது பதின்மூன்று இருக்கின்றன. ஆதலால் *Who cares?*

தீபம், 1967

~

ஜான் அன்வி

பாஸ்டீல் கோட்டை ஒரே நாளில் தகர்க்கப்பட்டுவிட்டது. நானூறு வருடங்களுக்கும் மேலாகப் பாரிஸ் (பிரெஞ்சு) அரசாங்கத்தில், அரசனுக்கும் செல்வாக்குள்ள பிரபுக்களுக்கும், சிறிதளவேனும் அதிருப்தி கொள்ளும்படியாக ஏதாவது ஏற்பட்டுவிட்டால் அதற்குக் காரணம் என்று அவர்களுக்குத் தோன்றியவர்கள் எஞ்சிய வாழ்நாட்கள் முழுவதும் பேனும் அட்டையும் மண்டிக்கிடக்கும் பாறாங்கல் அறைகளில் கிடந்து வெம்பி, வெதும்பி, சித்தப்பிரமை பிடித்து அழிந்தும்போன சிறைச்சாலையான பாஸ்டீல் கற்கோட்டையைச் சாதாரண ஏழை குடிபடைகள் ஒரே நாளில் உடைத்து அழித்துவிட்டார்கள். ஜூலை 14, 1789இல் நடந்த இந்தக் கிளர்ச்சிக்கு உடனடிக் காரணம் ஒரு நிதிமந்திரியைப் பதவியிலிருந்துவிலக்கியதுதான். மிகச் சிக்கலும் நுணுக்கமுமான தேசீயப் பொருளாதாரம் பற்றி அந்தப் பல்லாயிரக்கணக்கான எளிய மக்களுக்கு ஒன்றும் புரிந்திருக்கவேண்டிய அவசியம் இல்லை. வறுமையும் பஞ்சமும் நிரம்பி வழிந்த அந்த நாளில் பிரான்சு நாட்டிற்கு அந்த நிதிமந்திரியே மீண்டுமொரு முறை பதவி வகித்த போதிலும் கணிசமான நிவாரணம் ஏற்படவேயில்லை. அந்த விதத்தில் அந்தக் கிளர்ச்சி திசையற்றது; அர்த்தமற்றது. ஆனால் அது வேறு எதையோ சாதித்துவிட்டது. எத்தனையோ நூற்றாண்டுகளாகப் பழக்கப்பட்டுப் போன அரச ஆதிக்கத்தின் சின்னமாகிய பாஸ்டீல் போய்விட்டது. அரசர்களும் பிரபுக்களும் மனிதர்கள்தான். நாட்டு மக்கள் சொத்து, சுதந்திரம், படிப்பு, செல்வாக்கு

இவை ஏதும் இல்லாவிட்டாலும் ஒன்று கூடி முனைந்துவிட்டால் புது அடிப்படையில் சமுதாயத்தை ஏற்படுத்தலாம்; இது முன்னதை விட மோசமானதாகவும் இருக்கலாம் – ஆனால் மோசமாக்கும் உரிமை முன்பு அரசனிடமும் பிரபுக்களிடமுமே இருந்தது. இனி மக்களும் அந்த உரிமையைப் பெறலாம். *Vive le Republic!*

அரசனையும் அரச குடும்பத்தினரையும் அவ்வளவு சீக்கிரம் நிர்மூலமாக்க முடியவில்லை. ஏழைப் பாமர மக்கள் வெள்ளமாக ரத்தம் சிந்தியதையும் ஆயிரக்கணக்கில் உயிரைப் பலிகொடுத்ததையும் பிரான்சு நேஷனல் அசெம்பளியிலும் கன்ஸ்டிடூயண்ட் அசெம்பளியிலும் லெஜிஸ்லேடிவ் அசெம்பளியிலும் பாரிஸ் கம்யூனேவிலும் அரசியல்வாதிகளும் கட்சித் தலைவர்களும் அவர்களால் இயன்ற அளவு பயன்படுத்திக்கொண்டார்கள். எந்த ராஜா வேண்டாமென்று புரட்சி நடத்தினார்களோ அதே ராஜாவுக்கு அடுத்த ஆண்டு விசுவாசப் பிரமாணம் எடுத்துக்கொண்டார்கள். இரண்டாண்டு காலத்திற்குள் விதவிதமான மாறுதல்கள் ஏற்பட்டு ஜிரோண்டிஸ்ட்ஸ், ஜாகோபின்ஸ் என்று இரு கட்சிகள் ஆட்சியைத் தம்வசமாக்கிக் கொண்டன. ஜாகோபின்ஸ் கட்சியில் தீவிரமான இரு தலைவர்கள் இருந்தார்கள். அவர்கள் ஜிரோண்டிஸ்ட்ஸைத் தேசத் துரோகிகள் என்று பிரசாரம் செய்து வெகுசாமர்த்தியமாக அடக்கவும் முடிந்தது. அரசனையும் ராணியையும் குடியரசின் விரோதி என்று கில்லோடீனுக்கு அனுப்பினார்கள். (உயரமான இரு மரத் தூண்கள்; அந்தத் தூண்களுக்கிடையில் பொருத்தப்பட்டிருக்கும் ஒருகனத்த கண்ணாடிப் பட்டை அஞ்சறைப் பெட்டி மூடி மாதிரி வெகு வேகமாக மேலிலிருந்து சரிந்துகொண்டு கீழே விழும். அது தரையையடையும் போது தலை ஒரு நொடியில் உடலிலிருந்து துண்டிக்கப்பட்டுவிடும். இது கில்லோடின்.) அந்த ஜாகோபின்ஸ் தலைவர்கள் இருவரும் ராஜா, ராணியை மட்டும் கில்லோடீனுக்கு அனுப்பவில்லை. குடியரசின் விரோதிகள் என்று எவ்வளவோ பிரபுக்கள், அவர்கள் குடும்பத்தார், குழந்தைகள், பிரபுக்களுக்குப் பரிந்து பேசியவர்கள். இன்னும் ஆயிரக்கணக்கானவர்கள் – இவர்களோடு ஜிரோண்டிஸ்ட் கட்சிக்காரர்களையும் கில்லோடீனுக்கு அனுப்பினார்கள். அந்த இருவரில் ஒருவன் கடைசியில் தன் தோழனையே ஒரு நாளைக்கு கில்லோடீனுக்கு அனுப்பிவிட்டான்! அந்தத் தலைவன் பெயர் ராப்ஸ்பீயர்.

பதின்மூன்று மாதங்களுக்குள் 2500 பேருக்கும் மேலாக மரண தண்டனை விதித்து நிறைவேற்றிய ராப்ஸ்பீயருக்கு

யாராவது உரத்துச் சிரித்தால் நாராசமாக இருக்கும். பெண்களைப் பார்த்துப் பல்லிளித்தால் அந்த ஆளைப் பளீர் என்று அறையத் தோன்றும். பலவீனங்களுடைய மனிதன் கழுதைக்குச் சமானம் என்றுதான் ராப்ஸ்பீயருடைய கருத்து. கற்புடைமை என்பது அவனுடைய அதிதீவிரமான இலட்சியம். செல்வச் செழிப்பை விஷம் என்பவன். அவனைக் கொலைகாரன், ரத்தவெறிப் பேய், சர்வாதிகாரப் பிசாசு, ஆதிக்க அரக்கன் என்றெல்லாம் கூறினாலும் அத்துடன் 'மாசுபடுத்தப்பட மாட்டாதவன்' *(Incorruptible)* என்றும் கூறுவார்கள்.

ராப்ஸ்பீயரின் சர்வாதிகாரத்தை யாருமே எதுவுமே தடுக்க முடியாது போலிருந்தது. அவனுடைய ஆட்சி முடிவே அடையாது போலிருந்தது. அப்படிப்பட்ட சமயத்தில் எப்படி பாஸ்டீல் கோட்டை எதிர்பாராத வகையில் – காரண காரியார்த்த ரீதியில் நகைக்கத்தக்க சூழ்நிலையில் – வீழ்ந்ததோ அதே முறையில் ராப்ஸ்பீயரும் வீழ்ச்சியடைந்தான். ஆட்சி சபை கூடியிருக்கிறது. அத்தனை பேரும் குழுமியிருக்கிறார்கள். சிறிது நாட்களுக்கு முன்புதான் ராப்ஸ்பீயருக்கு இணையான தலைவன் டான்டனின் தலை கில்லோடீனால் துண்டிக்கப்பட்டிருந்தது. ராப்ஸ்பியர் தன்னை ஏகச் சக்ராதிபதியாக மகுடம் சூட்டிக் கொள்ளவில்லை, அது ஒன்றுதான் நடக்கவில்லை. அந்தச் சமயத்தில் சாதாரண நகர்காவல் இளைஞன் ஒருவன் நேராக ராப்ஸ்பீயரிடம் சென்றான்.

"நீங்கள்தானே ராப்ஸ்பீயர்? உங்களைக் கைது செய்கிறேன்."

"இவனைக் கைது செய்யுங்கள்!" என்று ராப்ஸ்பீயர் கத்தினான்.

அந்த இளைஞன் தன் கைத்துப்பாக்கியை எடுத்து ராப்ஸ்பீயர் முகத்தை நோக்கிச் சுட்டான்.

ரத்தம் வழியும் வாயுடன் ராப்ஸ்பீயர் கீழே சாய்ந்தான். ஆட்சி சபையில் கூடியிருந்தவர்கள் அத்தனை பேரும் உடனே எழுந்தார்கள் – ராப்ஸ்பீயருக்கு எதிராக. ராப்ஸ்பீயர் ஆயிரக்கணக்கான பேருக்கு நடத்தியபடியே சுருக்கமான விசாரணை. குற்றுயிரும் குலையுயிருமாக ராப்ஸ்பீயர் கில்லோடீனுக்கு எடுத்துச் செல்லப்பட்டான். அந்தக் கனமான கண்ணாடிப் பட்டை இன்னொரு முறை மேலிருந்து கீழே பாய்ந்து விழுந்தது. ராப்ஸ்பீயருடன் ராப்ஸ்பீயரின் பயங்கர ஆட்சி *(Reign of Terror)* முடிந்தது.

ஒழுக்க சீலனான ராப்ஸ்பீயரை எது அவன் ஒழுக்கத்தையே ஒரு வெறியாக்கி, அவனைச் சர்வாதிகாரியாக உந்த வைத்து, உலக

மக்களுக்கெல்லாம் அவனே நிர்ணயிக்கப்பட்ட நீதிபதி என்றாக்கி, எடுத்ததெற்கெல்லாம் தலையைச் சீவும்படி ஆணையிட்டு, அந்த இரத்த வெள்ளத்தில் அவனே பெருமையுடன் மூழ்கிக் குளிக்கச் செய்தது? மிதமிஞ்சிய தாழ்வுணர்ச்சிதான் என்று அறிஞர்கள் கூறுகிறார்கள். இம்மாதிரிப் பிறவிகள் மனநோயுற்றவர்கள், மிகவும் அபாயகரமானவர்கள்.

ஜான் அன்வியுடைய ஒரு நாடகபாத்திரம் ராப்ஸ்பீயரைப் போன்றவன். பரம ஏழை. பள்ளிக்கூடத்தில் ஆசிரியர்களுக்கும் சக மாணவர்களுக்கும் அவன் ஒரு கேலிப் பொருளாக இருக்கிறான். அவர்களுடன் ஒட்டாமல் அவன் தனித்தே நிற்கிறான். அவர்கள் கேலி செய்யச்செய்ய அந்த ஏழைச்சிறுவன் தீவிர வைராக்கியத்துடன் பாடங்களில் எல்லாரையும்விட நிறைய மார்க் வாங்குகிறான், பரிசுகளையெல்லாம் தட்டிக்கொண்டு போய்விடுகிறான்.

கடைசியில் அதே ஊரில் அவன் பப்ளிக் பிராஸிக்யூட்டர் பதவிபெற்றுவிடுகிறான். வருடம் 1955. அவன் நினைத்தால் அந்தப் பிரதேசத்தில் உள்ள எவரையும் அவனுடைய கைப்பிடியில் வைத்து இமிசை புரியலாம் – தவறு செய்யாதவர்கள் என்று யார்தான் இருக்கிறார்கள்? அவன் அப்படிச் செய்து காட்டியும் விடுகிறான், அவனுக்கு மிகவும் நெருங்கிய நண்பன் என்றிருக்கும் ஒருவனை 'நாஜிகளுடன் கூட ஒத்துழைத்தவன்' என்று குற்றம் சாட்டி, அவனை மரண தண்டனைக்கும் உட்படுத்தி விடுகிறான். அந்த பப்ளிக் பிராஸிக்யூட்டர் தன்னை நியாய தேவதையின் சின்னமாக நினைத்துக்கொள்கிறான். அவன் ஒரு ராப்ஸ்பீயர் என்று பெருமைகொள்கிறான். இந்தப் பாத்திரத்தை முக்கிய நாடக நாயகனாக வைத்து அன்வி எழுதிய நாடகத்தின் பெயர் 'பாவம், பீடோ!' பீடோ என்பதுதான் அவனுடைய பெயர். பிரான்சில் பெரு வெற்றியடைந்த பிறகு இந்த நாடகம் ஆங்கிலத்தில் மொழிபெயர்க்கப்பட்டு 1963இல் இங்கிலாந்தில் நடிக்கப்பட்டது. அமோகமான வெற்றியுடன் 'அந்த ஆண்டின் வெளிநாட்டு நாடகங்களில் மிகச்சிறந்தது' என்ற பெயரும் பெற்றது. அடுத்த வருடம் நியூார்க் பிராட்வேயில் நடிக்கப்பட்டது. பிராட்வேயில் நடிக்கப்பெற்ற அன்வியின் நாடகங்களில் 'பாவம், பீடோ' பதின்மூன்றாவது. அவ்வளவு நாடகங்கள் நாடக உலகில் அவ்வளவு பெரிய கௌரவம் பெற்றது அன்வியுடையதுதான். அன்றுவரை அமெரிக்காவின் டென்னசி வில்லியம்ஸ¬னுடைய நாடகங்களே கூட பன்னிரண்டுதான் பிராட்வேயில் இடம் பெற்றிருந்தன.

அன்வி வழக்கறிஞராக வேண்டித்தான் படித்தார். நடுவில் அதை விட்டுவிட்டு விளம்பரக் கம்பெனிகளில்

விளம்பர வாக்கியங்கள் எழுதுவதில் ஈடுபட்டார். அவருடைய பதினாறாவது வயதிலேயே முழு நாடகம் ஒன்றை எழுதினதாகச் சொல்கிறார்கள். அன்வி விளம்பர வேலைக்குப் பிறகு நிறைய சினிமாப் படங்களுக்கு ஹாஸ்யப் பகுதிகள் மட்டும் எழுதினார்; யாரும் அவரை முழுப்படத்திற்கு எழுதச் சொல்லவில்லை. அன்வி சினிமா ஹாஸ்யக் காட்சி எழுத்தாளர் என்று பெயர் பெற்றார். அந்தக் காலத்தில் முன்னணியிலிருந்த நாடக நடிகரும் தயாரிப்பாளருமான லூயிஜோவேயுக்கு உதவியாளராக இருந்தார். அதுதான் அன்வியுடைய நாடகம் எழுதும் திறமையைக் கூராக்கிச் செம்மைப்படுத்தியது என்கிறார்கள்.

அன்வி நாடகங்கள் எழுத முற்பட்ட அந்த ஆண்டுகளில் பிராண்டல்லோ, ஜீரோடு ஆகிய இரு ஆசிரியர்களும் நாடகத் துறையில் விசேஷ சாதனைகளைச் செய்திருந்தார்கள். அன்விக்கு நாடக – அறிவு ஆசான்கள் என்று இவர்கள் இருவர்களையும் கூறுவார்கள். தத்துவ ரீதியில் அவருக்கு ஆசான்களாக இன்னும் இரண்டு சிந்தனையாளர்களைக் குறிப்பிடுவார்கள். ஒருவர் ஆல்பர்ட் காமு; இன்னொருவர் ஜான் பால் ஸார்ட்ர்.

அன்வியின் முதல் நாடக அரங்கேற்றம் 1932இல் நடந்தது. யுத்தம் ஆரம்பிக்கும் முன்பே ஏழெட்டு நாடகங்கள் எழுதிவிட்டார். ஆனால் அவை ஒன்றும் அந்தக் காலத்தில் விசேஷக் கவனம் பெறவில்லை.

யுத்தம் வந்தது; விளைக்கணைப்பு வந்தது; நாஜிகள் வந்தார்கள். திடீரென்று பலர் மறைந்துவிடுவார்கள். நாஜி ஆதிக்கம் பிரான்ஸில் மிகவும் திறமையாக, பயங்கரமாக இருந்தது – அதையும் மீறித்தான் சில தேசபக்த இளைஞர்கள் ரகசிய எதிரணிப்படை நடத்திக்கொண்டிருந்தார்கள். மறு காலை யாருக்கு என்ன நேரும் என்றறியா நிலையில் தவித்துக் கொண்டிருந்த அவர்களுக்கு அச்சமயத்தில் ஆதிக்கக்காரனை ஒரு சின்ன விஷயத்தில் தடுமாறும்படிச் செய்தாலும் அது பெரும் உற்சாகமளித்தது. அம்மாதிரி உற்சாகமளித்ததில் அன்வியின் நாடகமும் ஒன்று. 1944இல் மேடையேற்றப்பட்ட 'ஆண்டிகனி' என்கிற நாடகம் அன்வியைப் பிரபலமாக்கியது. ஆக்கிரமிப்பாளராகிய ஜெர்மானியரைப் பூடகமாக நாடகத்தில் இடித்துரைத்ததற்காக அன்வி குடிமக்களில் ஒரு வீரனாகவும் ஆகிவிட்டார்.

யுத்தம் முடிந்தபின் சீறிக்கொண்டு வந்த பிரென்சு கலைப் படைப்புகளில் அன்வியுடையதும் முக்கியமானதாகிவிட்டன. புராண வீரர்களையும் புராணச் சம்பவங்களையும் உருவ அளவில் அன்வி மாற்றவில்லை. ஆனால் அவர்கள் செயல்களுக்கும்

அச்சம்பவங்களுக்கும் புது அர்த்தம் தொனிக்க அவர் நாடகங்கள் எழுதினார். உலகத்தில் சமுதாயச் சீர்திருத்தம் ஏற்பட்டேயாக வேண்டும் என்று தீவிரமாக இருந்தார். அவருடைய நாடகங்கள் எல்லாம் சமூகத்தை அதன் குறைகளுக்கும் நாணயமற்ற தன்மைக்கும் வன்மையாக இடித்துரைப்பதாக இருந்தன. அப்படிப்பட்ட நாடகங்களில் 'ஆர்டில்' (ஆங்கிலத் தலைப்பு: மயிலின் கூவல்) அதன் கட்டுக்கோப்பான தன்மைக்கும் சீரிய நாடக அமைப்புக்கும் மிகச்சிறந்த நாடகங்களில் ஒன்று என்று கருதுகிறார்கள்.

அன்வி ஒரு சித்தாந்தத்தை ஏற்றுக்கொண்டு, பின்பு அதன் குறையுணர்ந்து புறக்கணிக்கத் தயங்கியதில்லை. சமூகத்தைப் பலமாகத் தாக்கிவந்த அன்விக்கு ஓர் உண்மை புலப்பட்டது. ஒரு குழுவாக மனிதனை ஏற்றுக்கொள்வதிலும் அந்தக் கணிப்புப்படி மனிதன் முன்னேற அந்தக் குழுவைக் கண்டிப்பதும் அடிப்படையிலேயே ஏதோ தவறுள்ளது என்று அவருக்குப் பட்டுவிட்டது. அப்போதிலிருந்து அவருடைய நாடகங்கள் மேலும் மெருகுபெற்றன. தான் கூற வேண்டிய செய்தியைப் பொதுவாக ஒரு கும்பலிடம் உரைப்பது வீண், உண்மையில் அச்செய்தியை ஒவ்வொரு மனிதனுக்கும் தனித்தனியே கொண்டு செல்வதுதான் சரி என்று தீர்மானித்தார்.

'பாவம், பீடோ' மூன்று அங்கங்கள் கொண்ட நாடகம். ஊரிலிருக்கும் செல்வந்தர்கள், பிரமுகர்கள் எல்லாம் சேர்ந்து ஓர் இரவு அலங்கார உடைக் கேளிக்கை ஏற்பாடு செய்திருக்கிறார்கள். பப்ளிக் பிராஸிக்யூட்டரான பீடோ, ராப்ஸ்பீயர் வேஷம் அணிந்து கொண்டு வரப்போகிறான். ராப்ஸ்பீயர்தான் அவனுடைய இலட்சிய நாயகன். மற்றவர்களெல்லாம் முன்னேற்பாடாக ராப்ஸ்பீயரின் சம காலத்தவர்களாக வேஷம் அணிந்துகொண்டிருக்கிறார்கள். பீடோ மீது காறித்துப்புமளவுக்கு அவர்கள் எல்லாருக்கும் அருவருப்பும் வெறுப்பும் உண்டு. அந்த ஊர்க்காரன் ஒருவனை யுத்தம் முடிந்து பத்து ஆண்டுகள் கழித்து 'நீ நாஜிகளோடு கூடிக் குலாவியவன்' என்று குற்றம் சாட்டி, அதை நியாயஸ்தலம் ஏற்கச் செய்து அவனைத் தூக்கிலும் ஏற்றிவிட்டவன் பீடோ. ஊர்க்காரர்களுக்கு அந்தக் கோபம் வேறு. ஆனால் பீடோ ஒரு கேந்திரஸ்தான அதிகாரத்தைப் பெற்றிருக்கிறான். ஒழுக்கத்தில், நாணயத்தில் அப்பழுக்கற்றவன். ஒழுக்கம் அவனுக்கு ஒரு போதைப் பொருள்.

இந்த பீடோவை ஒரு கேளிக்கையிலாவது இழிவுபடுத்தி, ஒரு கேலிப் பொருளாக்க வேண்டும் என்று சூழ்ச்சி செய்திருக்கிறார்கள். பீடோ கேளிக்கைக்கு வந்தவுடன் வேஷமணிந்தவர்கள் அந்தந்த

வேஷப் பாத்திரம் போலவே பேசி நடித்துச் சரித்திரத்தை இன்னொரு முறை நிகழ்த்திக் காட்டுகிறார்கள். பீடோவை ராப்ஸ்பீயர் – உணர்வு பரிபூரணமாக ஆட்கொண்டுவிடுகிறது. ஓர் இளைஞன் அவன் முன் வருகிறான். “நீங்கள் தானே ராப்ஸ்பீயர்? உங்களைக் கைதுசெய்கிறேன்.”

“இந்தத் துரோகியைப் பிடியுங்கள்,” என்று பீடோ கத்துகிறான்.

அந்த இளைஞன் ஒரு துப்பாக்கியை எடுத்துச் சுடுகிறான். பீடோ தன் வாயைப் பிடித்துக்கொண்டு கீழே சாய்கிறான். நாடகத்தின் முதல் அங்கம் முடிகிறது.

நாடகத்தின் இரண்டாவது அங்கத்தில் நாடகத்தின் காலம் நிகழ்காலத்திலிருந்து ராப்ஸ்பீயர் காலத்துக்கு மாறிவிடுகிறது. ராப்ஸ்பீயரின் வாழ்க்கையின் சம்பவங்கள் சில ஒன்றன்பின் ஒன்றாகக் கனவுக்காட்சிகள் போல் வருகின்றன. மேடையில், முன்னே பீடோ சவம்போலக் கிடக்கிறான். ராப்ஸ்பீயர், சிறுவனாக, இளைஞனாக, கட்சித் தலைவனாக, சர்வாதிகாரியாக – அந்தந்த மாற்றங்களுக்குரிய சம்பவங்களுடன் வருகிறான். அரசியல் வெற்றிக்காக விழா ஒன்று நடக்கிறது. ராப்ஸ்பீயருக்குச் சமமான தலைவனான டான்டன், ராப்ஸ்பீயர் குடிக்காமலிருப்பதற்காகக் கிண்டல் செய்கிறான். “அப்பா சாமியாரே, கொஞ்சம் உள்ளே தள்ளு! இல்லேன்னா ஹெர்பர்ட் கிட்டே இதைச்சொல்லி அவன் பத்திரிகையிலே போடச் சொல்லுவேன்,” என்கிறான்.

ராப்ஸ்பீயர் நிதானமாக “ஹெர்பர்ட் இன்று மாலை கைது செய்யப்பட்டான்” என்கிறான். அந்த நாளில் ஒருவன் கைது என்றால் அவனுக்கு அடுத்தபடி கில்லோடீன்தான்.

“ஆ! நிஜமாகவா? என்னிடம் யாருமே சொல்லவேயில்லையே?” என்று டான்டன் கூச்சல் போடுகிறான்.

ராப்ஸ்பீயர் அதே நிதானத்துடன், “நேற்று இரவு எங்கே போயிருந்தாய்? உனக்காகத் தேடிப் பார்த்தோம்,” என்கிறான்.

டான்டனுக்கு ஒரு அசட்டுச் சிரிப்பு வந்து விடுகிறது. “ஓ . . . அங்கேதான், அதுதான் எல்லாருக்கும் தெரியுமே! . . . அவளைப்பத்தி உங்கிட்டே கட்டாயம் சொல்லணும், சாமியாரே! பார்ப்பதற்கு அவலட்சணம்தான். ஆனா அவ சட்டையை நீக்கிவிட்டுப் பார்த்தா–”

“உன் அசிங்கத்தை உன்னிடம் வைத்துக்கொள்,” என்கிறான் ராப்ஸ்பீயர்.

டான்டனுக்கும் ராப்ஸ்பீயருக்கும் விவாதம் முற்றுகிறது. ஒழுக்கம், நேர்மை, சத்தியம் என்கிற பெயரில் ராப்ஸ்பீயரின்

அசுரத்தன்மையான எண்ணங்களும் செய்கைகளும் டான்டனை வெறுப்புக்கொள்ளச் செய்கின்றன.

"முட்டாளே! உலகம் எவ்வளவோ எளிமையானதாக இருக்கும்போது அதையேன் நேர்மை, ஒழுக்கம், ஏற்றத்தாழ்வு என்று ஏதேதோ நீயே கற்பித்துக்கொண்டு சிக்கல் கொண்டதாக மாற்றுகிறாய்? நீ ஆயிரம் சட்டங்கள் கொண்டு வரலாம். ஆனால் உலகம் ஆயிரமாயிரம் வருஷங்களாக ஒன்றுதான்... இதோ பார். உன்னை அந்தரத்தில் தூக்குகிறேன். நீ திணறுகிற போது எவ்வளவு கோமாளியாக இருக்கிறாயோ அவ்வளவு கோமாளித்தனமாகத்தான் இருக்கிறது உன்னுடைய ஒழுக்கச் சித்தாந்தங்கள்."

"கீழே விடு! என்னைக் கீழே விடு!" என்று ராப்ஸ்பீயர் கதறுகிறான். ஒரு முறை அவன் கழுத்தை லேசாக நெறித்துவிட்டு டான்டன் ராப்ஸ்பீயரைக் கீழே இறக்கிவிடுகிறான். அவர்கள் இருவருக்கும் அந்தரங்கமான ஒருவன் டான்டனிடம் கூறுகிறான். "மறுபடியும் அவன் கழுத்தை முழுக்க நெறித்துவிடு. இந்த ஆட்டம் பாதி மட்டும் ஆடினால் அபாயமானது..."

அபாயமானதுதான். சில நாட்களுக்குள் டான்டன் 'குடியரசின் விரோதி' என்று கைப்பற்றப்படுகிறான். மீதமுள்ளதை கில்லோடீன் செய்துவிடுகிறது.

தன்னுடைய சர்வாதிகாரத் திட்டத்தைத் தன் உதவியாளனுக்கு ராப்ஸ்பீயர் வெறிபிடித்தவன்போல விளக்குகிறான். "எல்லாக் குற்றங்களுக்கும் தண்டனை கில்லோடீன்தான். நாட்டின் விரோதிகளே குற்றவாளிகள். இந்தத் தேசத் துரோகிகளுக்கு விசாரணை கிடையாது. சாட்சிகள் வேண்டியதில்லை. நீதிமன்றம் தீர்ப்பளிக்கும். நீதிமன்றம் என்ன தீர்ப்பளிக்க வேண்டுமென்று இரகசிய சபை கட்டளையிடும். இரகசிய சபைக்குப் பொதுநலக் காப்புக்குழு கட்டளையிடும். ஒரு யந்திரம் போல் ஒன்றையடுத்து இன்னொன்று செயல்படும். நீதியின் சக்கரம் அதுவாகவே சுழன்றுகொண்டிருக்கும். புதிதாக யாரும் வந்து இதில் செய்ய வேண்டியதொன்றும் இருக்காது..."

"இறைவனுக்காவது இதில் இடம் உண்டா?" என்று உதவியாள் கேட்கிறான்.

"கடவுளை வைத்துதான் ஆரம்பிப்போம்! கடவுள் என்ன என்ற என் பிரகடனத்தை மக்கள் ஏற்றுக்கொள்வார்கள். ஏற்றுக் கொள்ளத்தான் வேண்டும்! கடவுள்..."

மேடை இருட்டடித்துப் போகிறது. மீண்டும் விளக்கு வரும் போது பீடோ எழுந்திருந்து முகவாய்க் கட்டையைத் தடவிக்

கொள்கிறான். தன் முன்னால் நிற்கும் இளைஞனைப் பார்த்துக் கூச்சலிடுகிறான்; "கொலை செய்ய எத்தனித்ததற்காக உன்மீது குற்றம் சாட்டுகிறேன். ஆர்ட்டிகிள் 117..."

"இல்லை பீடோ. நீ வெறுமனே மூர்ச்சித்து விழுந்தாய். அந்தத் துப்பாக்கியில் தோட்டா கிடையாது. ராப்ஸ்பீயர் தான் வாயில் சுடப்பட்டான் – நீ அல்ல. வேண்டுமென்றால் கண்ணாடியில் பார்த்துக்கொள்..."

சுற்றியிருப்பவர்கள் எல்லோரும் விழுந்து விழுந்து சிரிக்கிறார்கள். பீடோ கோபத்தோடு வெளியே போகப் போகிறான். அவனைப் பசப்பு வார்த்தை சொல்லிச் சமாதானப் படுத்துகிறார்கள். மூன்றாவது அங்கம் ஆரம்பம். பீடோவை ஏமாற்றி, சமாதானப்படுத்திவிட்டார்கள் அவனை நன்றாகக் குடிக்கவும்செய்துவிட்டார்கள். அவன் எல்லாரையும் மன்னித்து விட்டான். தன்னைப்போல ஒரு 'சிவப்பு' மனிதனுக்குக்கூட எப்போதாவது தமாஷ் வேண்டியிருக்கிறது என்று சொல்லிக் கொள்கிறான். அந்த இளைஞன் – துப்பாக்கியால் சுட்டவன் – அவனை மட்டும் அவனால் மன்னிக்க முடியவில்லை.

பீடோ நிலைதெரியாது தடுமாறுகிறான். அந்த நிலையில் அவனை அங்குள்ள இருவர் ஒரு 'நைட் கிளப்'புக்கு அழைத்துச் செல்ல ஆயத்தம் செய்கிறார்கள். அந்த இடம் அவனைப் போன்ற ஒரு உன்னத சட்டக் காவலனுக்கு மிகவும் ஏற்றது என்று நம்பவைக்கிறார்கள். உண்மையில் அந்தக் கேளிக்கையின் இறுதிக் கட்டம் அந்த இரவு விடுதியில் நடக்கத்தான் சூழ்ச்சி செய்திருக்கிறார்கள். நல்ல வார்த்தை சொல்லி பீடோவை அங்கு அழைத்துப்போய்விடுவது, அங்கு போனபின் அவனை வம்புக்கிழுப்பது. சுயநினைவேயற்றுப் போகும் அளவுக்குச் சாராயம் புகட்டப்பட்டிருக்கும் பீடோ அங்கு எல்லார் மத்தியிலும் எப்படி எப்படியல்லாமோ நடந்துகொள்ளக் கூடும். பீடோவை இழிவுபடுத்துவதற்கு இதை விட இன்னமும் அவலமான சூழ்நிலையை ஏற்படுத்த முடியாது.

பீடோவை இரவு விடுதிக்கு அழைத்துப் போக வேண்டிய இருவர் கார் கொண்டு வருவதற்குக் கீழே இறங்கிப் போகிறார்கள். பீடோ தனியாக இருக்கிறான்.

பீடோ தனியாக இருக்கிறான். அப்போது விருந்தாளியாக வந்திருந்த ஒரு பெண் அங்குமிங்கும் பார்த்தபடி பீடோவிடம் வருகிறாள். "நீ அவர்களுடன் போகாதே, பீடோ அவர்கள் நல்லதுக்காக உன்னைஅழைத்துப் போகவில்லை."

பீடோ அவளைப் பார்த்துக் குமுறுகிறான். "உன் அப்பா என்னை ஒரு சாதாரணத் திருடன் மாதிரி அல்லவா வெளியே துரத்தினான்?"

"என் அப்பா செய்ததற்கு மன்னிப்புக் கேட்டுக் கொள்கிறேன்... நீ என்னிடம் மட்டும் வந்து கேட்டிருந்தால் நான் சொல்லியிருப்பேன், என்னால் உன்னைக் காதலிக்க முடியாது என்று. இதற்குக் காரணங்கள் எல்லாம் உன் மாதிரி இருப்பவர்கள் தலையில் ஏறாது... இதெல்லாம் சிறுசிறு காயங்கள். மறந்துவிடலாம். ஆனால் அவர்களோடு மட்டும் போகாதே, பீடோ. அவர்கள் உனக்கு வேறுவிதமான காயங்கள் தருவார்கள். அதிலிருந்து நீ சீக்கிரம் மீளவே முடியாது. உன்னைப் பார்த்துக் கேலிக் கொக்கரிப்பு புரிவதற்காகவே உன்னை அழைக்கிறார்கள்."

கீழே கார் ஹார்ன் சப்தம் பலமாகக் கேட்கிறது. பீடோ அவளை நம்பவில்லை.

"உன்னை அழித்துவிடப் போகிறார்கள், பீடோ. உன்னை ஒரு முட்டாளாக்கப் போகிறார்கள்."

"உனக்கு அதைப் பற்றி எப்படித் தெரியும்?"

"எனக்கு உன்மேல் காதல் ஒன்றும் கிடையாது. ஆனால் உன்னிடம் ஒருவிதமான மெய்யான தைரியம் இருக்கிறது... தயவுசெய்து நீ போகாதே பீடோ. உனக்குக் குடிக்கத் தெரியாது. அங்கே போய் மீண்டும் குடிக்காதே."

ஹார்ன் சப்தம் கேட்கிறது. பீடோ போக யத்தனம் செய்கிறான்.

"அங்கே போய் ஒருபித்துக்குள்ளியாகி நிற்காதே, பீடோ. பெரிய வீட்டு மனிதன் மாதிரி நடப்பதெல்லாம் வேண்டாம். நீ நீயாகவே இரு. நீ ஏழையாகவே இரு, பீடோ."

பீடோ அசைவற்று நிற்கிறான்.

"அது ஒன்றுதான் எனக்கு உன்னிடம் பிடித்திருந்தது – உன் ஏழ்மை. ஆனால் எல்லா விலைமதிப்பற்ற பொருள்களைப் போல் ஏழ்மையும் எளிதாக நொறுங்கி அழிந்து போய்விடக்கூடியது. உன்னுடையதைப் பத்திரமாக வைத்துக்கொள், பீடோ."

பீடோ அசைவற்றுச் சில விநாடிகள் நிற்கிறான். பிறகு தன் மேலங்கியை எடுத்துக்கொண்டு, "இந்தச் சிறு புத்திமதிக்கு மிகவும் நன்றி. நல்ல வேளை, என்னைக் காப்பாற்றினாய்... சரி வேறு பக்கமாக வெளியே போவதற்கு எது வழி?"

ஹார்ன் சப்தம் கேட்டுக் கொண்டே இருக்கிறது. பீடோ வெளியேறிவிட்டான். அந்தப் பெண் மட்டும் முணுமுணுக்கிறாள், "பாவம், பீடோ." ஹார்ன் சப்தம் ஒலித்துக்கொண்டே இருக்கிறது.

திரை இறங்குகிறது.

அன்வி முப்பத்தைந்து நாடகங்களுக்கு மேல் எழுதி யிருக்கிறார். அன்வியுடைய தெளிவான கதைக் கோப்பு, பாத்திர அமைப்பு, நாடகமேடையுணர்வு முதலிய அம்சங்கள் அன்வியை மகத்தான ஸ்தானத்தில் வைக்கிறது. 'பெக்கட்' திரைப்படம் அவர் நாடகத்திலிருந்து பிறந்ததுதான். அவருடைய வாழ்க்கைச் சித்தாந்தமும் 'எக்ஸிஸ்டென்ஷியலிஸம்' வகையைச் சேர்ந்தது. 'Concepion of human predicament as pointless and absurd' (மனித வாழ்வு அர்த்தமற்றதும் அபத்தமுமானதாகும்.)

அன்வியினுடைய புத்தகங்கள் இந்தியாவில் எவ்விடத்திலும் சுலபமாகவும் நிறையவும் கிடைக்குமா என்பது சந்தேகம். அவரைப் பற்றி ஓரளவு தகவல்கள் 'சிறந்த நாடகங்கள்' என்று ஒவ்வொரு வருஷமும் வெளியாகும் நாடகத் தொகுப்புகளில், இந்தியாவில் செயல்படும் சில வெளிநாட்டு நூலகங்களில் கிடைக்கப் பெறலாம்.

'பெக்கட்' திரைப்படத்தை இன்று பலர் நினைவில் வைத்துக் கொண்டிருப்பார்கள். சென்னையிலேயே சுமார் ஆறுமாதம் ஓடிற்று. இதைத் தழுவி ஹிந்தியில் 'நமக் ஹராம்' என்றொரு படம் எடுத்தார்கள்; அதைத் தழுவித் தமிழில் 'உனக்காக நான்' வந்தது.

தீபம், 1967

~

ஜான் பால் சார்த்ர்

ஜெர்மனியின் ஆக்ரமிப்புக்கு உட்பட்டு இருந்தபோது பிரஞ்சு மக்களை நாஜிகளுக்குக் காட்டிக் கொடுக்கும் உளவாளியாக இருக்கக் கூடுமோ என்றுகூட ஸார்த்ர் மீது சந்தேகங்கள் எழுப்பப்பட்டன. ஹிட்லருக்கு முடிசாய்த்து அநேக வேறு ஐரோப்பிய நாடுகளைப் போல் பிரஞ்சு அரசாங்கம் சிற்றரசு ஸ்தானத்தை ஒத்துக்கொண்டு இருந்தபோதிலும் பிரஞ்சு மக்கள் உள்ளூர மாற்றான் ஆதிக்கத்தை ஒழித்து விடவேண்டுமென்று உறுதிகொண்டிருந்தார்கள். அவர்கள் தேசத்தை ஹிட்லரின் ராக்ஷச சேனை கைப்பற்றியவுடன் பல்லாயிரக்கணக்கான பிரஞ்சுப் பிரஜைகளுடன் ஸார்த்ரும் ஜூன் 21, 1940 தேதியில் கைது செய்யப்பட்டு நாஜிகளின் எண்ணற்ற 'கான்சன்ட்ரேஷன் காம்ப்' எனப்படும் மந்தைச் சிறைகளில் ஒன்றில் அடைக்கப்பட்டார்.

அப்போது அவருக்கு வயது 35. முறையான படிப்பு முடித்து அவர் தனது பத்தொன்பதாம் வயதிலிருந்து தத்துவப் பாடம் கற்றுக்கொடுப்பவராகப் பணியாற்றிக்கொண்டிருந்தார். இரு சிறுகதைகள், சில கட்டுரைகள், ஒரு முழுநாவல்கூட அதற்குள் எழுதிமுடித்து வெளியிட்டிருந்தார். உலக, தேசீய அரசியல் பற்றி அவருக்கு அபரிமிதமான ஆர்வமொன்றும் அந்த நாளில் இருந்தது கிடையாது. ஆனால் சூழ்நிலைகளுக்கு அடிமைப்பட்டு விடாத வண்ணம் ஒரு தனித்துடிப்பு அவரிடம் இருந்து கொண்டிருந்தது. அவரைப் பிரிவுபடுத்திக் கூற இடதுசாரியைச் சேர்ந்தவர் என்று சொல்லுவார்கள்.

சுமார் ஒரு வருட சிறைவாசத்திற்குப் பிறகு ஸார்த்ர் விடுதலை செய்யப்பட்டார். ஜெர்மனி ஆதிக்கத்தின் உச்ச காலமாகிய 1943ஆம் ஆண்டில் பாரிஸ் நகரத்து 'சிடி' நாடக அரங்கில் ஸார்த்ரின் முதல் நாடகம் ஜெர்மன் தணிக்கையாளர்களின் சம்மதம் பெற்று அரங்கேற்றப்பட்டது. ஜெர்மனியர்கள் அகற்றப்படாத காலத்திலேயே ஸார்த்ரின் இரண்டாவது நாடகமும் மேடையேற்றப்பட்டது. ஸார்த்ர் துரோகியல்ல. அவர் இரகசிய பிரஞ்சு சுதேச இயக்கத்தினரோடு நெருங்கிய தொடர்பு கொண்டிருந்தவர். அதற்கும் மேலாக அவர் சில கொள்கைகளிலிருந்து சிறிதும் அகன்று இயங்க முடியாதவர். கொள்கை என்று கூறுவதைவிட அவர் அனுபவப்பூர்வமாகக் கண்டறிந்த தத்துவ உண்மை என்று பெயரிடுவது பொருத்தமா யிருக்கும். ஸார்த்ர் தன்னைப் பற்றிக் கூறிக் கொள்ளும்போது இத்தத்துவ உண்மை சிறைவாசத்தின்போது அவருக்கு நிதரிசனமாயிற்று என்று சொல்லியிருக்கிறார். ஆனால் அவருடைய தத்துவத்தின் சாயல்கள் அவருடைய சிறைவாசத்திற்கு முந்திய எழுத்துக்களிலும் கூடக் காணப்படுகின்றன.

ஸார்த்ரின் முதல் நாடகத்தின் பெயர் (ஆங்கில மொழி பெயர்ப்பில்) 'தி ஃபிளைஸ்.' தமிழில், ஈக்கள். அது கிரேக்கப் புராணக் கதை ஒன்றின் நாடகமாக்கம். ராணியின் உடந்தையுடன் ஒருவன் அரசனைக் கொன்று நாட்டை ஆள்கிறான். வெளிதேசம் சென்று திரும்பும் இளவரசன் ராணியையும் புது அரசனையும் பழிவாங்கத் தீர்மானிக்கிறான். அவர்கள் இரண்டுபேரையும் கொன்றுவிட்டால் ஒரு சாபம் அவனைப் பீடிக்கும் என்று எச்சரிக்கை கிடைக்கிறது. அதையும் மீறி, தனக்குத் தோன்றியதே சரியென்று இளவரசன் ராணி, புது அரசன் இரண்டுபேரையும் கொன்றுவிடுகிறான். சாபம் என்பது ஈக்கள் உருவத்தில் அந்த ஊரில் நிறைந்திருக்கும் குரூரப் பிறவிகள் அவனை எப்போதும் துரத்தியபடியே இருக்கும். அவன் செய்த கொலைக்குச் சிறிது வருந்தினாலும் இந்தச் சாபம் நீக்கப்படும் என்று கிரேக்க முதல் தெய்வமான ஜீயஸிடமிருந்து ஒரு குறிப்பு கிடைக்கிறது. ஆனால் இளவரசன் என்ன செய்வதென்று தனக்குத் தானே தீர்மானித்துக் கொள்ள வேண்டும்; ஆதலால் தன் செயல்களுக்கு அவனே பொறுப்பாளி; அப்படிப் பொறுப்பேற்றுக்கொள்வதனால் அவன் எவர் கட்டுப்படுத்தலுக்கும் அப்பாற்பட்டவன்; அந்த நிலையில் அவன் ஒரு முக்தன் என்று பதிலளிக்கிறான். தான் செய்த கொலைக்காகச் சாபத்தையும் அந்த ஊர் மக்கள் அத்தனை காலமும் அநீதியை அனுமதித்துக்கொண்டிருந்த பாவத்தையும் தன்மேல் ஏற்றுக்கொண்டு, அத்தனை ஈக்களும் அவனைப் பின்தொடர அவன் அந்த ஊரைவிட்டுச் செல்கிறான்.

இந்த நாடகத்தின் சிலேடை ஜெர்மானியரின் ஆதிக்கம் இருக்கும்போதேகூட மக்களால் உணர்ந்து ரசிக்க முடிந்தது. புது அரசன்தான் ஜெர்மனி. அதற்கு ஈடுகொடுத்துக்கொண்டிருந்த ராணிதான் பிரஞ்சு தேசத்தில் ஜெர்மானியர் வசம் ஒப்படைத்த பிரஞ்சு விச்சி அரசாங்கம். இளவரசன் பிரஞ்சு இரகசிய சுதேச இயக்கத்தின் சின்னம். வெளியானைக் கொல்லும்போது கூடவே விச்சி அரசாங்கத்தையும் அழிக்கத்தான் வேண்டும். இதில் தயை, தாக்ஷண்யம் ஒன்றும் குறுக்கிடக் கூடாது.

இதெல்லாவற்றிற்கும் மேலாக இந்த நாடகத்தில் ஸார்த்ரயின் வாழ்க்கைத் தத்துவம், குறிப்பாகப் பிரகடனப் படுத்தப்பட்டிருந்தது. எந்த ஒரு மனிதனும் பூரண சுதந்திரம் பெற்றவன்; அவன் புரியும் ஒவ்வொரு செயலுக்கும் அவனேதான் பொறுப்பாளி (Man is wholly free and wholly responsible for the acts he commits). 'எக்ஸிஸ்டென்ஷியலிசம்' என்று பரவலாக அறியப்படும் ஸார்த்ர் சார்ந்த தத்துவத்திற்கு இது ஒரு முக்கிய அடிப்படைக் குறிப்பாகும்.

யுத்தம் முடிந்தவுடன் ஸார்த்ர் நிறைய எழுதினார். வெவ்வேறு துறைகளைக் கையாண்டார். சிறுகதை, நாடகம், கட்டுரை, நாவல், சினிமாப்படம் கூட அவரால் வெற்றிகரமாக உபயோகப்படுத்த முடிந்தது. யுத்தம் முடிந்து இருபதாண்டுக் காலத்தில் மிக அதிகமாக விவாதிக்கப்பட்ட உலகப் பிரமுகர்களில் அவரும் ஒருவர்.

ஸார்த்ர் 1943லிருந்து 1960வரை மொத்தம் ஒன்பது நாடகங்களை எழுதியிருக்கிறார். அநேகமாக எல்லாமே நல்ல வரவேற்பு பெற்றவை. சில அமோக வெற்றியும் அடைந்தவை. அவர் சிறைவாசியாக இருந்தபோது ஓர் எழுத்தாளன் மக்களுடன் நேருக்கு நேர் தொடர்பு ஏற்படுத்திக்கொள்ளக் கூடிய சாதனம் நாடகம் ஒன்றுதான் என்று ஸார்த்ர் மனதுக்குப் பட்டது. ஆனால் சொல்ல வேண்டியதின் பல்வேறு அம்சங்களையும் முழுமையில் நாடகத்தால் மக்களுக்குத் தெரியப்படுத்த முடியவில்லை. நாடக சாதனத்திற்கும் வரம்புகளும் எல்லைகளும் இருக்கின்றன. ஸார்த்ர் நிறையக் கட்டுரைகள் எழுதினார். பேட்டிகள் அளித்தார். விமரிசனங்கள் செய்தார். 'விமோசனத்துக்கு வழி' என்கிற தலைப்பினுள் அடங்கும் மூன்று நாவல்கள் எழுதினார். அந்த நாவல்களின் தனிப் பெயர்கள் 'தி ஏஜ் ஆஃப் ரீஸன், 'தி ரிப்ரீவ்', 'ஐரன் இன் தி ஸோல்'.

'ஒழுக்கம் கெட்டதைப் பற்றியே எழுதுபவர்' என்று ஒரு சாரார் ஸார்த்ரைப் பற்றிச் சொல்லியதுண்டு. இந்தக் குற்றச் சாட்டை எதிர்த்து விவாதிக்க முற்பட்டால், அவர்கள் 'ஏஜ்

ஆஃப் ரீஸன்' எதைப்பற்றி எழுதப்பட்டது என்று கோபத்துடன் கேட்டுவிட்டுப் போய்விடுவார்கள். மாத்யூ என்கிற ஓர் எளிய வாத்தியார் ஏழுவருடங்களாக அவன் காமக் கிழத்தியாக இருக்கும் மார்செல்லே என்பவளுக்குக் கருச்சிதைவு ஏற்பாடு செய்யத் திண்டாடுவதைக் கதையாக வைத்து எழுதப்பட்ட நாவல் 'ஏஜ் ஆஃப் ரீஸன்.'

சமூக அமைப்பில் எல்லா இடங்களுக்கும் எல்லாச் சந்தர்ப்பங்களுக்கும் பொருத்தமான நீதி நியதிகள் ஏற்பட்டதில்லை என்பதைக் கருத்தில் வைத்துக்கொண்டுதான் சில பிரச்சினைகளுக்கு நாம் அபிப்பிராயங்களும் முடிவுகளும் தர முற்படவேண்டும். இந்தக் கண்ணோட்டத்தில் ஐரோப்பாவில், குறிப்பாக பிரான்ஸில் இந்த நூற்றாண்டில் முதல் மகா யுத்தத்திற்குப் பிறகு பழைய சம்பிரதாயத் தளைகள் எவ்வித அர்த்தமுமற்றுப் போய்விட்டன. உயிர்க்கும் உடைமைகளுக்கும் பயம். வல்லவர்களால் எளியவர்களுக்கு ஹிம்சை, போட்டி, எந்தநிமிஷமும் போர் அழிவு. இம்மாதிரி பயங்கரங்களுக்கும் அநீதிகளுக்கும் இடையில் அவர்கள் வாழ்க்கை நடத்த வேண்டிய நிர்ப்பந்தம் ஏற்பட்டது. புதுப்புது அரசியல் அமைப்புக்கள், சமூகச் சிந்தாந்தங்கள் பிரயோகம் செய்யப்பட்டாலும் மக்களுக்குப் புதுப் புதுத் துன்பங்கள் தோன்றிய வண்ணமே இருந்தன. ஸார்த்ரின் கதாநாயகனான மாத்யூ மணம்புரிந்துகொண்டு வாழ்க்கை நடத்தக் கூடிய பொருளாதார வசதி பெற்றிருக்கவில்லை. கல்யாணம் ஆகியிருந்தாலும் அந்த மாதின் மீது ஏற்படக் கூடிய சலிப்பு அவனுக்கு வரத்தொடங்கிவிட்டது. ஆதலால் அவனுக்கேற்பட்ட சிக்கலைக் கல்யாணம் செய்துகொண்டு தீர்த்துக்கொள்ள முடியாது. அவனால் சாதாரணமாகச் சகித்துக் கொள்ளவும் முடியாத மனிதர்களின் உதவிகொண்டு ஒரு டாக்டரைக் கண்டுபிடிக்கிறான். அவர் ஆயிரம் ரூபாய் கேட்கிறார். மாத்யூவிடம் காசே கிடையாது. அந்த வைத்தியர் இன்னும் இரண்டு நாட்களில் வெளிதேசம் கிளம்பப்போகிறார்!

மாத்யூ தன் சகோதரனிடம் பணம் கேட்கிறான். மாத்யூவை நன்றாக இடித்துக் காட்டச் சகோதரனுக்கு இது ஒரு நல்ல வாய்ப்பாக இருக்கிறது. நீண்ட பிரசங்கங்களுக்குப் பிறகு 'தர முடியாது' என்ற பதில் மாத்யூவுக்குக் கிடைக்கிறது. மாத்யூ தன் சிநேகிதன் ஒருவனிடம் ஓடுகிறான். அந்த சிநேகிதனுக்கு ஒரு பெரிய தோஷமிருக்கிறது. அது தவிர அவனுக்கே மார் செல்லேவுடன் தொடர்பு உண்டு. அவனுக்கு மாத்யூமீது ஒரு குரோத உணர்ச்சி வேறு வந்துவிடுகிறது. மாத்யூ அவன் மாணாக்கர்களிடம் ஏதோ தன்னைப் பற்றிப் பிரசாரம் செய்திருக்கிறான் என்று அவனுக்கு ஒரு சந்தேகம் வந்துவிடுகிறது.

மார்செல்லேவை மாத்யூ கல்யாணம் செய்துகொண்டுதான் ஆக வேண்டும் என்கிற நில ஏற்படுத்துவதே மாத்யூவைச் சரியானபடி பழிவாங்குவதாக இருக்கும் என்று அவன் திட்டமிடுகிறான். மாத்யூ அவன் மாணாக்கன் ஒருவனின் உதவியை நாடுகிறான். அந்த மாணாக்கன் அவனுடைய ஆசைநாயகியான ஒரு பாடகியைப் பணம் கேட்கிறான். அவள் சரியாக விவரம் புரிந்துகொள்ளாமல் மறுத்துவிடுகிறான். இருவருக்கும் சண்டை வந்துவிடுகிறது. அந்த உணர்ச்சி வேகத்தில் அந்தப் பாடகி போதை மருந்தை ஏகமாக உட்கொண்டு விடுகிறாள். அவள் பிரேதம் போல் கிடப்பதைக் கண்டு அந்த மாணாக்கன் மாத்யூவிடம் ஓடி வருகிறான். இந்தச் சமயத்தில் ஒத்தாசையாக இருப்போம் என்று மாத்யூ அந்தப் பாடகி அறைக்குச் சென்று அவனுடைய மாணாக்கன் அவளுக்கு எழுதிய கடிதங்களை எடுத்து வரச் சம்மதிக்கிறான். பாடகி அறையில் கடிதங்கள் மட்டும் இல்லை; நிறையப் பணமும் இருக்கிறது. ஆனால் மாத்யூவின் 'மத்திய வர்க்கத்து ஒழுக்கம்' பணத்தை எடுக்க அனுமதிப்பதில்லை. மாத்யூ பகலுணவு நேரத்தில் அவன் சிநேகிதனைச் சந்திக்க நேருகிறது. மார்செல்லேவை மணந்துகொள்வதைத் தவிர வேறு வழியில்லை என்று தெரிவிக்கிறான். வஞ்சம் தீர்ப்பதே கண்ணாக உள்ள நண்பன், மாத்யூ வகையாகச் சிக்கிக் கொண்டான் என்ற களிப்பில் 'மாத்யூ உன்னை மணக்கச் சம்மதித்துவிட்டான்' என்று மார்செல்லேவிடம் டெலிபோன் செய்கிறான். இதற்கிடையில் மாத்யூவுக்குப் புது யோசனை தோன்றுகிறது. இம்முறை அவன் பாடகி அறைக்குப் போய்ப் பணத்தைத் திருடி வருகிறான். சந்தோஷத்துடன் ஆயிரம் ரூபாய் எடுத்துக்கொண்டு மார்செல்லேவிடம் ஓடி வருகிறான். மார்செல்லே பணத்தை அவன் முகத்திலேயே திருப்பி அடிக்கிறான். உள்ளூர அவளுக்கும் மாத்யூவைத்தான் கல்யாணம் செய்து கொள்ள வேண்டும் என்று கிடையாது. மேலும் குழந்தை பிறந்தால் பிறக்கட்டுமே என்கிற மனப்பான்மையில்தான் இருக்கிறாள்.

பாடகி உண்மையில் இறப்பதில்லை. மூர்ச்சை தெளிந்து எழுந்து, சரியாக ஆயிரம் ரூபாய் திருடு போயிருப்பதை அறிகிறாள். அவளின் ஆசை நாயகனான மாத்யூவின் மாணாக்கன்தான் எடுத்திருக்கிறான் என்று நினைத்து அவனுடன் சண்டை போடுகிறாள். சரியான சந்தர்ப்பத்தில் மாத்யூ அந்தப் பணத்தைத் தான் திருடியதாக ஒப்புக்கொண்டு திருப்பித் தருகிறான். மாத்யூவின் சிநேகிதன் மார்செல்லேவை மணக்கத் தீர்மானிக்கிறான். மாத்யூ தனியாக விடப்படுகிறான். அப்போது அவன் மாடி ஜன்னலை மூடிவிட்டு அறைக்குள் வருகிறான் ... "சேச்சே, ஒன்றுமேயில்லாததற்கு என்ன

ஆர்ப்பாட்டம்", என்று நினைக்கிறான் . . . பல்லாண்டு கால ஒழுக்க நியதிகள், பொறுமை, குணசீலமான கொள்கைகளின் மீது தீவிர நம்பிக்கை, சகிப்புத்தன்மை – எல்லாம் ஒவ்வொரு விநாடியும் – மனித வாழ்க்கையின் அர்த்தமற்ற தன்மையை அதிகம் பொருட்படுத்தாமல் இருக்கத்தான் உதவுகின்றன . . . அவன் மீண்டும் கொட்டாவிவிட்டுக்கொண்டே சொல்லிக் கொள்கிறான்: 'ஆமாம், உண்மை அதுதான் உண்மையான உண்மை. உண்மை விளங்கும் பருவத்தை இப்போதுதான் அடைந்திருக்கிறேன்.'

ஸார்த்ரின் தத்துவ விளக்கத்தில் மனித அறிவை மறைப்பதெல்லாவற்றையும் கிழித்துப் பார்த்தால் மனித வாழ்க்கையின் சுத்தத் தன்மை 'குமட்டல்' தருவதொன்றாகும். முக்த நிலை ஒவ்வொருவனுக்கும் வந்தே தீரும். அது வரும்போது வாழ்வு எவ்வளவு அருவருப்பானது, அர்த்தமற்றது என்பது நிதரிசனமாகும்... மனிதப் பிறவிக்கோ இந்த உலகத்துக்கோ ஏதோ குறிக்கோள் இருப்பதாக எண்ணுவதெல்லாம் ஆதாரமற்றது . . . கடவுள் என்று ஒன்று இருப்பதாக எண்ணுவதும் பொய்யானது... ஒவ்வொரு மனிதனும் பரிபூரண சுதந்திரம் பெற்றவன்... அவன் செயல்களுக்கு அவனே பொறுப்பாளி . . .

ஸார்த்ர் இதெல்லாம் விளக்கிக்காட்டத் தனிப் புத்தகங்களாக எழுதியிருக்கிறார். 'பீயிங் அண்ட் நதிங்க்னஸ், 'எக்ஸிஸ்டென்ஷியலிஸம் அண்ட் ஹியுமானிஸம்' ஆகியவை முக்கியமானதாகக் கருதப்படுகின்றன. ஆனால் பொதுமக்கள் எல்லோரும் புரிந்துகொள்ள வேண்டும் என்றே அவர் தன் தத்துவத்தை நாவல்கள், நாடகங்கள் மூலமும் வெளிப்படுத்த விசேஷ கவனம் செலுத்தினார் என்று கூறவேண்டும்.

எழுத்துத் துறையைப் பலமும் சுறுசுறுப்பும் வாய்ந்த ஆயுதமாகக் கையாண்டவர் ஸார்த்ர். உலகத்தின் போலித் தன்மையைத் தளராத வேகத்துடன் தாக்குபவர். போலித் தன்மையின் சின்னமாகக் கருதப்படும் 'மத்தியதர வர்க்கம்' அவருடைய கண்டனத்தைத் தொடர்ந்து பெறும் ஒன்றாகும். பாட்டாளி வர்க்கத்தின் எழுச்சியில்தான் உலகத்தின் கோளாறுகளுக்கு வழியேற்படும் என்பது அவர் நம்பிக்கை. சிறைவாசத்தின்போதுதான் தான் ஒரு வலுப் பொருந்திய ஜனநாயக எழுத்தாளனாக வேண்டும் என்று தீர்மானித்துக் கொண்டாராம். யுத்தம் முடிந்த 1945ஆம் ஆண்டிலிருந்து அவர் கவனத்தைக் கவராத சுதேச, சர்வதேச, அரசியல் விவகாரங்களே இல்லை எனலாம். அவருக்குத் தோன்றியதைத் திடமாக எடுத்துச் சொல்ல அவர் தயங்கியதில்லை. மேற்கத்திய வல்லரசுகள் அவருடைய கண்டனத்திற்கு மீண்டும் மீண்டும் உட்பட்டன.

'இடதுசாரி' என்று அறியப்பட்டபோதிலும் ஸார்த்ர் ரஷ்யாவைச் சலுகை நோக்குடன் பார்க்கவில்லை. ரஷ்யப் புரட்சியும் கம்யூனிஸமும்தான் இறுதியில் வகுப்புப் பிரிவினையற்ற சமுதாயத்தை உலகில் நிலைபெற வைக்கும் என்று எண்ணினாலும் ரஷ்யாவின் வலுக்கட்டாய உழைப்புத் தளங்களை (*forced labour camps*) அவர் கடுமையாகத் தாக்கினார். பிரெஞ்சு கம்யூனிஸ்டு கட்சியின் மீது அவருக்குள்ள நெடுங்காலக் குறை அக்கட்சி ரஷ்யத் தலைமையைக் கண்ணை மூடிக்கொண்டு பின்பற்றுகிறது என்பதுதான்.

யுத்தம் முடிந்து பல ஆண்டுகளுக்கு ஆப்பிரிக்காவிலுள்ள ஆல்ஜீரியா பிரஞ்சு ஆதிக்கத்துக்குட்பட்ட நாடாக இருந்தது. இந்த ஆதிக்கத்தை ஸார்த்ர் மிக வன்மையாகக் கண்டித்த வண்ணமே இருந்தார். பிரான்ஸ் தேசத்தின் அந்தஸ்தைப் பாதிக்கக்கூடிய சூயஸ் கால்வாய்ப் பிரச்னையில் ஸார்த்ர் பிரெஞ்சு – பிரிட்டிஷ் அரசாங்கங்களின் போக்கைத் தீவிரமாகக் கண்டித்தார். அவருடைய நடுநிலைமையை ஊர்ஜிதப்படுத்த வந்ததுபோல் அமைந்தது ஹங்கேரிப்பிரச்சினை. எவ்வளவோ தேசங்களும் அரசியல் பிரமுகர்களும் ரஷ்யப் பலாத்காரத்திற்கு எதிராகப் பேச வாயற்றுப் போனார்கள். அந்தத் தருணத்தில் அநீதிக்கு எதிராகக் குரல் எழுப்பிய மிகக் குறைந்த நபர்களில் ஸார்த்ரும் ஒருவர்.

ஸார்த்ர் தனக்கு உண்மை, சரியென்று தோன்றியதெல்லாம் அப்படியே எடுத்துரைக்கத் தயங்கியதில்லை. அந்த நாணயத்தை எந்தக் காரணத்தைக் கொண்டும் அவர் மாசுபட அனுமதிக்கவில்லை. கம்யூனிஸத்துக்கு ஆதரவாளராக இருப்பதால் அமெரிக்க எழுத்தாளர்களைப் பாராட்ட அவர் பின் தங்கியதில்லை; ஜான் டாஸ்பாஸோஸ் என்ற அமெரிக்க எழுத்தாளரின் உத்தியை "ரீப்ரீவ்" நாவலில் தான் கையாண்டதை வெளிப்படையாகக் கூறினார். (அந்தச் சமயத்தில் பிரெஞ்சு விமரிசகர்கள் எழுத்துலகில் அமெரிக்க ஆதிக்கம் தவிர்க்கப்பட வேண்டியதாகும் என்று பொருள்பட ஓர் இயக்கமே நடத்தினார்கள்) ஆர்தர் மில்லர் எழுதிய 'குரூசிபிள்' என்கிற நாடகத்தைத் தழுவி ஸார்த்ர் ஒரு திரைப்படக் கதை அமைத்துக்கொண்டார்.

யூதத் துவேஷம் குறித்து ஸார்த்ர் எழுதிய புத்தகம் உலகச் சமூகப் பிரச்னைகள் குறித்து எழுதப்பட்டவைகளில் முக்கியமானதொன்றாகும். யூதர்கள்மீது பல நூற்றாண்டுகளாக அறிவிற்குப் பொருந்தாத துவேஷம் இருந்து வருவது பிரத்யட்ச உண்மை. நாஜி ஜெர்மானியர் வெளிப்படையாகவும் பெருத்த

அளவிலும் இந்தத் துவேஷ இயக்கத்தை நடத்தினார்கள். நாஜிகளுக்கு முற்றிலும் மாறுபட்ட பிரஞ்சுக்காரர்கள், ஆங்கிலேயர்கள், அமெரிக்கர்கள் போன்றவர்களிடம்கூட இந்தத் துவேஷம் உண்டு. இந்தப் பிரச்சினை ஸார்த்ருக்கு மிகவும் கவலையளித்திருக்கிறது. பிரச்சினையை நெகிழவைக்கச் சில முறைகளை ஸார்த்ர் சிபாரிசு செய்திருக்கிறார். அவருடைய தர்க்கத்தில் சில இடங்களில் உள்ள முரண்பாடுகளை நிபுணர்கள் எடுத்துக் காட்டியிருக்கிறார்கள். ஆனால் ஸார்த்ர் கூறியவற்றில் முக்கியமானதொன்று, ஒரு யூதன் தன்னை ஒரு யூதனாகவே ஏற்றுக்கொள்வது பிறரால் ஹிம்சிக்கப்படுகிறோம் என்கிற அச்சத்தினால்தான். யூதனாக இருப்பதை மறைக்க முயலுவதில் பிரச்சினை இன்னமும் தீவிரமாகிவிடுகிறது. இந்த அடிப்படையில் பரிசோதித்துப் பார்த்தால் சிறிது சிறிதாக யூதத்துவேஷப் பிரச்சினைக்குத் தீர்வுகள் காண முயலலாம். இஸ்ரேல் நாடு ஸ்தாபிக்கப்பட்டு அதை நாலாபுறத்திலும் அரபுநாடுகள் அழிக்க முற்பட்டுக்கொண்டிருந்தபோது வல்லரசுகள் யூதர்களைப் பாதுகாக்கவென்று படைகளைக் கொண்டுபோவதைக் காட்டிலும் இஸ்ரேலியர்களுக்கே யுத்த தளவாடங்களைக் கொடுத்து அவர்களுடைய தேசப் பாதுகாப்பை அவர்களே பார்த்துக்கொள்ள அனுமதிப்பதே சரியானதாகும் என்று ஸ்ார்த்ர் கூறினார்.

ஸார்த்தருக்குச் சரளமானதும் ஹாஸ்யச்சுவை பொருந்தியதுமான எழுத்து நடை உண்டு. அவருடைய முதல் நாடகம் ஒன்றைத்தவிர மற்றவையெல்லாம் (நாவல்கள் உட்பட) தற்காலச் சூழ்நிலையைப் பற்றியவை. சம்பவக் கோவையில் அவர் நிபுணர். சில இடங்களில் இந்தத் திறமை மிதமிஞ்சிக் காட்டப்படுவதாகவும் சிலர் அபிப்பிராயப்படுவதுண்டு. ஆசிரியரின் தத்துவங்களை விளக்குகிற சாக்கில் பாத்திரங்கள் ஒரே பிரசங்கங்களாக நிகழ்த்துகின்றன என்கிற குற்றச்சாட்டு இவருடைய நாடகங்களின் மீது உண்டு. அதே சமயத்தில் அற்புதமான சிந்தனைச் சுடர்களும் ஒரு புதிய தெளிவான கண்ணோட்டமும் சிறப்பம்சங்களாக ஒத்துக்கொள்ளப்படுகின்றன.

ஸார்த்ர் எழுதியவற்றில் முக்கியமானவை எல்லாவற்றுக்கும் ஆங்கில மொழிபெயர்ப்புக்கள் இருக்கின்றன. இரண்டரை வருடங்களுக்கு முன்னால் ஸாாத்ர் எழுதிய 'தி வோர்ட்ஸ்' என்கிற புத்தகம் சுலபமாகக் கிடைக்ககூடும். இது ஸார்த்தரின் சுய சரிதம். புத்தக நாயகன் பத்துவயது முடிவதற்குள் புத்தகம் முடிந்துவிடுகிறது. ஸார்த்தரைப் புதிதாகப் படிக்க விரும்புபவர்களுக்கு இப்புத்தகம் அவ்வளவு சிறந்த அறிமுகம் என்று சொல்வதற்கில்லை. 'தி ஏஜ் ஆஃப் ரீஸன்' நாவலுடன் ஸார்த்தரைப் படிக்கத் தொடங்கலாம்.

அவருடைய கட்டுரைகள் 'ஸிச்சுவேஷன்ஸ்' *I, II, III* எனத் தொகுப்புகளாக வெளியிடப்பட்டிருக்கின்றன. அவர் உணர்த்த விரும்பும் வாழ்க்கைத் தத்துவத்தைக் குறிப்பாக விளக்குவது 'பீயிங்க் அண்ட் நதிங்க்னஸ்' என்கிற நூல். அவருடைய நாவலைக்கூட விசேஷ முயற்சிகள் எடுத்துக் கொண்டுதான் படிக்க வேண்டும்.

பெர்னாட்ஷாவையும் ஸார்த்தரையும் ஒப்பிட்டுப் பார்ப்பதுண்டு. ஷாவும் உண்மையான உலக மாற்றம் ஏற்பட சோஷலிஸமே சாதனம் என்று எண்ணினார். அவரும் சமுதாயத்தைப் பற்றி அநேக புதுக்கருத்துக்களை உருவாக்கி அவற்றை நாடகங்கள்மூலம் மக்களிடையே பரப்பச் செயல் பட்டார். ஸார்த்தருக்கு நகைச்சுவை உண்டென்றாலும் அது ஷாவுடையதுபோல எளிதாக உணரக்கூடியது அல்ல – இந்தக் காரணத்தினால்தான் ஷாவுடைய பாத்திரங்கள் பக்கம் பக்கமாகப் பிரசங்கம் செய்தாலும் சோர்வு ஏற்படாமல் இருந்திருக்கிறது. ஆனால் ஸார்த்தருடைய தீவிரம் ஷா பெற்றிருக்கவில்லை என்றுதான் சொல்லவேண்டும். இருவரும் அவர்கள் வாழ்நாளிலேயே பெயரும் புகழும் அடைந்தவர்கள்; நோபல் பரிசு வழங்கப்பட்டவர்கள். (ஸார்த்தர் ஏற்க மறுத்துவிட்டார்.) வருங்காலத்திலும் இருவரும் நினைவுகூரப்படுவார்கள். ஷாவைச் சீர்திருத்தவாதி என்பதைவிட சுவாரஸ்யமான நாடகங்கள் எழுதியவர் என்று கூறவேண்டும். இலக்கியத்தைவிடத் தத்துவ விமரிசனத்திற்காகவே ஸார்த்தர் சிறப்பிடம் பெறக்கூடும்.

தீபம் 1967

எஸ்ரா பவுண்டு

ஜெர்மன் படைகளின் கடும் எதிர்ப்பினால் நேசத் துருப்புகள் இத்தாலியில் அங்குலம் அங்குலமாகத்தான் முன்னேற முடிந்தது. 1943இல் ஆரம்பித்த இத்தாலியப் படையெடுப்பு மட்டும் 22 மாதகாலம் நீடிக்கவேண்டியிருந்தது. கடும் பயங்கரங்களைக் காணவும் அவர்களே நிகழ்த்தவும் வேண்டியிருந்த நேசத் துருப்புகள் 1945ஆம் ஆண்டு ஏப்ரல் மாதத்தில் வடமேற்கு இத்தாலியில் இருக்கும் ஜினோவாவை அடைந்தபோது அந்த நாட்டின் எவ்வளவோ சிறப்பும் அழகும் வாய்ந்த நகரங்கள் தகர்க்கப்பட்டு, வயல்கள் பொசுக்கப்பட்டு, எல்லாம் பாழாய் நின்றன. தெருக்களிலும் வீதிகளிலும் பிரேதங்கள் விறைத்துக்கிடந்தன. ஒரு கிழவர் அமெரிக்கத் துருப்புகளையணுகி, "நான்தான் எஸ்ரா பவுண்டு" என்றார். யுத்த காலத்தில் எதிரிப் பிரதேசத்தில் இருந்துகொண்டு எதிரிக்கு உற்சாக மூட்டி அமெரிக்கா பற்றிக் கிண்டலும் கண்டனமும் கலந்து ரேடியோப் பிரசங்கங்கள் செய்த அமெரிக்கர் எஸ்ரா பவுண்டு உடனே கைது செய்யப்பட்டார். பயங்கரங்களை ஒவ்வொரு கணமும் அனுபவிக்கும் நிர்ப்பந்தம் கொண்ட போர்ப் படைகளிடம் ஒரு துரோகிக்குக் கிடைக்கும் கவனிப்புதான் அவருக்குக் கிடைத்தது. காவலில் வைக்க அவர் பைசா நகரத்துக்குக் கொண்டுபோகப்பட்டார். அப்போதே அவர் புத்தி சிதறிப்போன நிலையில்தான் இருந்தது என்கிறார்கள். அவர்மீது சுமார் இரண்டாண்டுகளுக்கு முன்னரேயே பதிவு செய்யப்பட்ட தேசத்துரோகக் குற்றச்சாட்டை விசாரிப்பதற்காக அவர் அமெரிக்கா எடுத்துச்

செல்லப்பட்டார். விசாரணை நடைபெறவில்லை. புத்தி பாதிக்கப்பட்டவர்களுக்கான அரசாங்க விடுதி ஒன்றில் பவுண்டு சேர்க்கப்பட்டார். பதின்மூன்று ஆண்டுகளுக்குப் பின்னர் அவரை விடுதலை செய்தார்கள். அதற்குள் அவர்மீது பதிவு செய்யப்பட்டிருந்த குற்றச்சாட்டு வாபஸ் பெறப்பட்டது. வைத்தியப் பூர்வமாகப் பைத்தியம் என்று நிர்ணயிக்கப்பட்டு, பல ஆண்டுகள் சிகிச்சைக்கும் பாதுகாப்புக் காவலுக்கும் உட்பட வேண்டிய பவுண்டு இன்றும் ஒரு கவிதா மேதை என்று மட்டும் கௌரவிக்கப்படுவதில்லை; ஆங்கில இலக்கியத்தில் ஒரு மகத்தான புரட்சி நிகழ்த்தி, ஒரு புது இலக்கியச் சமுதாயத்தையே நிர்மாணித்தவர் என்று கொண்டாடப்படுகிறார். "குளறல் குவியலாக என் செய்யுள் ஒன்றை அவர் முன் வைத்தேன். இதோ அச்சில் இருக்கும் வடிவத்தில் அது அவரிடமிருந்து எனக்குத் திரும்ப வந்தது. அவரோ (அனைவரிலும்) சிறந்த சிற்பி." *(il miglior fabbro – the better craftsman)* இதைச் சொன்னவர் நோபல் பரிசு பெற்ற கவிஞர் டி.எஸ். எலியட். அவர் குறிப்பிட்ட செய்யுள் அவரது சிறந்த படைப்பாகக் கருதப்படும் 'தி வேஸ்ட்லாண்டு.'

பவுண்டு பட்டம் பெற்று, ஒரு ஐரோப்பிய சுற்றுப் பிரயாணம் முடித்து அமெரிக்காவிலேயே ஆசிரியராகப் பணி புரிந்துவந்தார். இளம் வயதிலிருந்தே ஒரு நல்ல கவியென்றும் கல்விமானென்றும் ஏற்கப்பட்டிருந்தார். எல்லாவற்றிற்கும் மேலாக அவரிடம் ஓர் அசாதாரண தன்னம்பிக்கை இருந்தது. பிறருக்கு அபிப்பிராயங்களைத் தெரிவிப்பது, திருத்தங்கள் யோசனைகள் கூறுவது, கற்றுக்கொடுப்பது இதெல்லாம் அவருக்குச் சுபாவமாக இருந்த குணங்கள். அவருடைய நீண்டகால விருப்பம் இங்கிலாந்து சென்று டபிள்யு.பி. ஏட்ஸைச் சந்திக்க வேண்டுமென்பது. அக்காரணத்திற்காக 1908ஆம் ஆண்டில், தனது இருபத்துமூன்றாம் வயதில், பவுண்டு லண்டன் நகரம் வந்து சேர்ந்தார்.

ஏட்ஸ் சிறந்த கவி என்று ஏற்கப்பட்டவர். பவுண்டு நூறாண்டு காலமாக ஏட்ஸைப் போல ஒரு புலவன் தோன்றியதில்லை என்று கூறினார். பவுண்டு ஏட்ஸைவிட இருபது வயது சின்னவர். ஆனால் இருவருக்கும் நெருக்கமான நட்பு ஏற்பட்டது. பவுண்டு ஏட்ஸின் கவிதை, கட்டுரைகளை வாசிக்கும்படித் தன் நண்பர்களுக்கெல்லாம் சிபார்சு செய்து எழுதினார். 'பவுண்டின் செய்யுள் நடையில் சங்கீதம் இருக்கிறது ... மிகவும் சிறப்பான அமைப்பு' என்று ஏட்ஸ் அவர் நண்பர்களுக்கு வலியுறுத்தினார். சில சந்தர்ப்பங்களில் இருவருக்கும் மனஸ்தாபம் ஏற்பட்டுத் தாக்கிக்கொள்வதும் உண்டு. ஆனால் உள்ளூற ஒருவருக்கொருவர் ஆழ்ந்த மதிப்பும் மரியாதையும் இருந்தது.

இடையில் சில மாதங்கள் அமெரிக்கா சென்று இருந்துவிட்டுப் பவுண்டு திரும்பவும் 1910இல் லண்டனில் குடிபுகுந்தார். இலக்கியக் குழுக்களில் செல்வாக்கு உள்ளவராக இருந்ததோடு அவருடைய அபிப்பிராயங்களுக்கு 'பொயட்ரி' போன்ற இலக்கியப் பத்திரிகைகள் பெருமதிப்புக் கொடுத்தன.

'இமேஜிஸம்', 'வோர்டிசிஸம்' என்கிற இரு கலை இலக்கியங்களில் அவர் முக்கியப் பிரமுகராக இருந்தார். ஃபோர்டு மாடாக்ஸ் ஃபோர்டு, டி.எச். லாரன்ஸ், டொக்ளஸ் கோல்ட்ரிங், கான்ராட் ஐகின், விண்டாம் லூயி, பிரெஸ்கா மற்றும் அநேகர் லண்டனில் அன்றைய இலக்கிய உலகில் பவுண்டு வகித்துவந்த உன்னத ஸ்தானத்தைப் பற்றி நிறையக் குறிப்பிட்டிருக்கிறார்கள்.

1912இல் ஒரு 'பொயட்ரி' இதழைப் பார்த்து ஏட்ஸ் திடுக்கிட்டார். அவர் எழுதி, பவுண்டிடம் கொடுத்திருந்த ஒரு கவிதை பவுண்டினால் வெகுவாக வெட்டப்பட்டு, திருத்தப் பட்டு வெளியிடப்பட்டிருந்தது. பவுண்டு ஒரு வார்த்தைகூட இதைப் பற்றி ஏட்ஸிடம் கூறவில்லை! ஆனால் ஏட்ஸின் கோபம் சீக்கிரமே தணிந்துவிட்டது. பவுண்டு செய்த திருத்தங்கள் மிகப் பொருத்தமாக இருந்ததோடு அவர் பல வரிகளை வெட்டி மாற்றியமைத்தது கவிதையைச் சிறப்பானதாக்கியிருந்தது. அச்சம்பவத்திற்குப் பின்னர் பல ஆண்டுகள் பவுண்டு, ஏட்ஸ் வீட்டிலேயே இருந்துகொண்டு அவருடைய துணையாள ராகவும் காரியதரிசியாகவும் பணியாற்றினார். 'இது வரப்போகும் தலைமுறைகளுக்கு நான் இன்று புரியும் சேவையாகும்' என்றார் பவுண்டு. ஓர் இலக்கியக் குடும்பத்தில் அவருக்கு மனைவி கிடைத்தாள். மனைவி டோரதி ஷேக்ஸ்பியரையும் அழைத்துக்கொண்டு ஏட்ஸின் 'கற்குடி'லில் சிலநாள் பவுண்டு வசித்தார். ஏட்ஸுக்கு பவுண்டும் பவுண்டின் மனைவியும் இலக்கிய விஷயங்களைப் பற்றித் தீவிரமாக விவாதிப்பது பெருமகிழ்ச்சியைக் கொடுத்தது. பவுண்டின் 'இமேஜிஸ்ட்ஸ்' இயக்கம் அவருக்குப் பிடித்தம் இல்லை. இருந்தபோதிலும் பவுண்டுடைய சுறுசுறுப்பும் தீவிரமும் புத்திக் கூர்மையும் அவருடைய பெருமதிப்பைப் பெற்றன.

ஏட்ஸுக்கு பவுண்டின்மீது அபிமானம் வளர இன்னொரு காரணமும் இருந்தது. அவருக்குத் தான் உயர்ந்த பீடத்திலிருந்து கீழே நழுவிக் கொண்டிருக்கிறோம் என்கிற எண்ணம் வந்து விட்டது. (இன்று ஏட்ஸின் கவிதைகளை ஆராயும்போது இது ஆதாரமுள்ளது என்றே தோன்றும்.) கவிதைகளில் உயிர்த்துடிப்பு மிக அவசியம் என்று பவுண்டு கூறிக்கொண்டிருப்பதை அவரும்

உணர ஆரம்பித்தார். தன்னையறியாமல் தன் கவித்துவம் பழையதை நோக்கியும் பின்தள்ளிப் போவதையும் உணர்ந்தார்; பவுண்டு கூடியவரை அவருடைய வரிகளை மிக நுணுக்கமாகக் குறுக்கியும் மாற்றியும் அமைக்க உதவி வந்தார்.

பிரசுரத்துறையில் பவுண்டுக்கு ஏற்பட்டிருக்கும் செல்வாக்கையறிந்து ஒரு மாது இறந்துபோன தன் கணவன் வைத்துப்போன ஒரு கையெழுத்துக் கட்டை பவுண்டிடம் கொண்டுவந்து கொடுத்தாள். அது எர்னஸ்ட் ஃபெனல்லோஸா என்ற பெயர்கொண்ட ஆசிரியர் ஜப்பானிய நாடக இலக்கியத்தை ஆராய்ந்து எழுதி வைத்துப்போன குறிப்புகள். பவுண்டு அநேக ஆண்டுகள் அப்பிரதிகளை வைத்துக்கொண்டு உழைத்ததன் பயனாக 1916ஆம் ஆண்டில் 'ஜப்பானின் உன்னத நாடகங்கள்' என்ற ஒரு பிரசுரம் சாத்தியமாயிற்று. அயல் நாட்டுப் பிரதேச இலக்கியங்களை ஆழமாகக் கற்றுணர்ந்து அநுபவிப்பதோடு அந்த உத்திகளில் தானும் தேர்ச்சி பெறுவது பவுண்டுக்கு இயல்பாக இருந்தது. சொற்களில் அடக்கம், சுருக்கம், கண்ணாடி போன்ற நேர்முகப் பிரதிபலிப்பு; வாக்கிய அமைப்பில் சங்கீத இழை – இவை எப்போதுமே பவுண்டுக்குக் கைகூடி வந்தவை. அந்த அம்சங்கள் பிரதானமாக இருந்த ஜப்பானிய 'நோ' நாடகங்கள் பவுண்டின் மனத்தை மிகவும் கவர்ந்தன. பவுண்டு 'நோ' இலக்கியத்தில் காட்டிய ஆர்வம்தான் உன்னத ஸ்தானத்திலிருந்து நழுவிக் கொண்டிருக்கிறோம் என்று சிறு சுணுக்கம் எற்பட்டிருந்த ஏட்ஸுக்கு ஒரு புது திசை அமைத்தது.

'ஹாக்ஸ் வெல்' *(The Hawk's Well)* என்ற தலைப்பில் ஏட்ஸின் புது நாடகம் 1916இல் அரங்கேற்றப்பட்டது. "பவுண்டு அழைத்துப்போன இந்த நாடகத்தைப் பார்த்த பிறகு தற்கால இலக்கியத்திற்கு ஏட்ஸைக் காட்டிலும் வேறொரு சிறப்பான வழிகாட்டி இருக்கக்கூடும் என்று தோன்றவில்லை" என்றார் எலியட்.

தன் கவிதைகளைப் பிரசுரிக்க யாரும் முன் வராத நாளில் 1915ஆம் ஆண்டில், எலியட் பவுண்டுக்கு அறிமுகம் செய்யப் பட்டார். பவுண்டு ஒரே சந்திப்பில் எலியட்டின் திறமையை உணர்ந்து எலியட்டின் கவிதைகளை 'பொயட்ரி' இதழில் வெளியிட ஏற்பாடு செய்தார். தொடர்ந்து இரண்டாண்டுகளுக்குள் எலியட்டின் கவிதைத் தொகுப்பு ஒன்றையும் வெளியிடுவதற்குக் காரணமாக இருந்தார். எங்கோ ஒளிந்திருக்கும் இலக்கியப் பொக்கிஷங்களைத் தேடிப் பிடித்து உலகுக்கு அளிப்பதில் பவுண்டுக்கு இருந்த தீவிரம் அவருக்குக் கடமைப் பட்டிருக்கும் எழுத்தாளர்களின் பட்டியலில் விளங்கும். அவர்களில் சிலர்

ஏட்ஸ், எலியட், ஹல்ம், டூலிட்டில், ஆல்டிங்டன். இன்னும் இருவரும் உண்டு. அவர்கள் ஜேம்ஸ் ஜாய்ஸ், எர்னஸ்ட் ஹெமிங்க்வே.

பவுண்டு லண்டனில் 1908லிருந்து 1920வரை வாசம் செய்தார். அந்தப் பன்னிரண்டு ஆண்டுகளில் அவருடைய ஆராய்ச்சித் தொகுப்பு, மொழி பெயர்ப்பு, சொந்தக் கவிதை, ஆகியவை மொத்தம் பதினான்கு புத்தகங்கள் வெளிவந்தன. பிரொவன்ஸா பிரதேசக் கவிதை, மற்றும் இத்தாலி (ஸெக்ஸ்டஸ் புரொபர்டியஸ்), லத்தின் (ஆவிட்) கவிகளுடைய செய்யுள்களின் மொழி பெயர்ப்பு மிகவும் விசேஷமாகக் கருதப்படுகின்றன. "பவுண்டு மொழி பெயர்க்கவில்லை. ஒரு மொழியிலுள்ள ரசத்தை அப்படியே ஆங்கிலத்தில் சிருஷ்டி செய்துவிடுகிறார்" என்று கூறுவது உண்டு. பவுண்டு சுயமாக எழுதிய கவிதைகள் மனத்தை லயிக்க வைக்கும்இசையுடன் கூடியவை "ஆனால் இவ்வளவு ரசமும் கனமும் நுட்பமும் தூய்மையும் கொண்ட கவிதை அதன் அற்புதங்களை இன்னும் எளிதாகக் கண்டனுபவிக்கும்படி இயற்றப்பட்டிருக்கக் கூடாதா?" ஹென்றி ஜேம்ஸ் பற்றி பவுண்டு எழுதிய ஆய்வுக் கட்டுரை இன்றும் பவுண்டுடைய உரை நடைச் சிறப்புக்கு எடுத்துக்காட்டாகக் கூறப்படுகிறது. அவருடைய உலகப் பிரசித்தி பெற்ற 'காண்டோஸ்' பகுதிகள் லண்டன் நகர வாசத்தின்போது தொடங்கப்பட்டன.

அபர்கிரோம்பி என்கிற எழுத்தாளரும் பவுண்டும் ஒத்துப்போக முடியவில்லை. அபர்கிரோம்பி மில்டனைப் பாராட்டி ஒரு கட்டுரை பிரசுரித்திருந்தார். பவுண்டு கொண்டிருந்தவைக்கு எதிரான கொள்கைகளோடு ஒரு இலக்கிய பத்திரிகையும் வெற்றிகரமாக நடத்திக்காட்டியிருந்தார். பவுண்டு அபர்கிரோம்பியை 'டூய'லுக்கு *(duel)* அழைத்தார். பவுண்டின் நண்பர் ஒருவர் கூற்றுப்படி, போலீசார் விஷயமறிந்து பவுண்டின் வீட்டுக்கு விஜயம் செய்தனர். அதனால் அவர் பாரிஸுக்குப் போய்விட்டார். இன்னொரு தகவல்படி: 'டூய'லில் ஒருவரையொருவர் தாக்கிக்கொள்ள அவரவர்களின் விற்றுப் போகாத புத்தகங்களின் பிரதிகளை உபயோகிக்கலாமே என்று அபர்கிரோம்பி யோசனை கூறியதாகவும் சொல்லுவதுண்டு. உண்மை எதுவாக இருந்தாலும், இது நிகழ்ந்த சில நாட்களுக் கெல்லாம் பவுண்டு பாரிஸ் நகரத்திற்குக் குடிபோனார்.

பாரிஸ் நகரம் பவுண்டுடைய சுயேச்சைத்தன்மைக் குகந்ததாக இருந்தது. அங்கும் அவரைச் சூழ்ந்து ஒரு இலக்கியக் குழு அமைந்தது. ஜேம்ஸ் ஜாய்ஸ், கெர்ட்ரூட் ஸ்டெயின், ஸ்காட் ஃபிட்ஜெரால்டு, பிரௌஸ்ட், காக்டூ, ஹெமிங்க்வே. எந்தச்

சூழ்நிலையிலும் எவர் மத்தியிலும் பவுண்டு அனைவரையும் கையைப் பிடித்து அழைத்துச் செல்லும் தலைமை ஸ்தானத்தை ஏற்றுவிடுவார். உரைநடை, கவிதை, நாடகம் ஆகிய எல்லாத் துறையிலும் அவருக்கு இருந்த நுணுக்கமான விமர்சனத் திறன் அவரோடு கூடியிருந்தவர்கள் அனைவரையும் இன்னமும் சிறப்பாக எழுதவைத்தது. பவுண்டு குற்றம் குறைகளைச் சுட்டிக் காட்டி அவைகளைத் தவிர்ப்பதற்கு வழிமுறைகள் சொல்லிக் கொடுப்பதோடல்லாமல், நன்றாக அமைந்தவைகளைப் பிரசுரிக்க சிபார்சும், ஏற்பாடும் அவரே செய்வார். ஜேம்ஸ் ஜாய்ஸ் போதிய கவனிப்பில்லாமல் வறுமையில் கஷ்டப்பட்டுக் கொண்டிருக்கும் போது அவருடைய 'எ போர்ட்ரெய்ட் ஆஃப் தி ஆர்டிஸ்ட் ஆஸ் ஏ எங் மான்' என்ற நாவலைத் தொடர்கதையாக வெளியிடுவதற்கும் 'டப்ளினர்ஸ்' புத்தகம் பிரசுரமாவதற்கும் பவுண்டு விசேஷப் பிரயத்தனங்கள் எடுத்துக்கொண்டார். ஜாய்ஸின் மேன்மையை அவர் நிர்ணயித்தது தவறாகவில்லை என்பது இன்று யாவரும் அறிந்த விஷயம்.

பாரிஸில் பவுண்டு சங்கீதத்திலும் சிற்பத் துறையிலும் கூட ஈடுபட்டுக்கொண்டிருந்தார். வரலாற்று அறிஞர்கள், பாரிஸ் சென்றதிலிருந்தே பவுண்டுடைய இலக்கிய ஆற்றல் மங்கத் தொடங்கிவிட்டது என்று கூறுகிறார்கள். உண்மையில் இலக்கியம்தான் முக்கியம் என்பதுபோல வாழ்க்கையில் அதே முக்கியத்வம் வாய்ந்தவை வேறு சிலவும் இருக்கின்றன என்று பவுண்டுக்குத் தோன்றிவிட்டது.

பவுண்டும் ஹெமிங்வேயும் 1923இல் இத்தாலியில் சுற்றுப்பிரயாணம் செய்தனர். ஹெமிங்வேயுக்கு இயல்பாக இருந்த இலக்கியத் திறனுக்கு பவுண்டு பல சிறு யோசனைகள் தந்து பக்குவப்படுத்தினார். (ஹெமிங்வேயுடைய இன்னொரு ஆசிரியையான கெர்ட்ரூட் ஸ்டெயின் பவுண்டை 'அந்தப் பட்டிக்காட்டு வாத்தியார்' என்று குறிப்பிடுவாராம். பவுண்டு ஸ்டெயினை 'ரம்மியமான மோசக்காரி' என்று திருப்பிச் சொல்வார்.) அந்த இத்தாலிய சுற்றுப் பிரயாணம் பவுண்டின் 'காண்டோ'களுக்குச் சில நூற்றாண்டுகள் முன் வாழ்ந்த ஒரு இத்தாலிய வீரனைக் கவிதா பாத்திரமாகக் கொடுத்தது. வடமேற்கு இத்தாலியின் ரப்பலோ என்கிற கடற்கரை கிராமம் பவுண்டின் அடுத்த வாசஸ்தலமாயிற்று.

லண்டனில் இருந்தபோது பவுண்டு எழுதியதற்கு பாரிஸில் எழுதியது மிகக் குறைவு. ஆனால் புதுப்புது விஷயங்களைக் கிரகித்தறிய பவுண்டிடம் இருந்த ஆர்வம் மட்டும் குறையவில்லை. சீனத் தேசத்து அறிஞர் கன்ஃபூஷஸ் பற்றி முற்றிலும் தெரிந்து

கொள்ள பவுண்டு முழு மூச்சோடு உழைத்தார். அவருடைய 'காண்டோ'வில் கன்ஃபூஷஸை நினைவூட்டும் வரிகள் பல இருக்கின்றன.

பவுண்டுடைய 'காண்டோ'க்களை என்னவென்று குறிப்பிடுவது என்று ஆரம்பத்திலிருந்தே விமர்சகர்களிடையே சர்ச்சை இருந்திருக்கிறது. தனித்துவம் வாய்ந்த கவிதை அமைப்பில் பவுண்டின் வாழ்க்கையின் வெவ்வேறு தருணங்களில் அவருடைய மனநிலை, சிந்தனை – இவைகளைக் குறிப்பவையாகவே 'காண்டோ'களிருக்கின்றன. பல பாத்திரங்கள் இச்செய்யுள்களில் வருகிறார்கள். கவிகள், புராண வீரர்கள், தத்துவ ஞானிகள், நகரங்கள், இவையெல்லாம் பவுண்டினால் ஒரு புது உருவம், புது விளக்கம் பெறுகின்றன. பவுண்டு இத்துடன் திருப்தியுறாமல் வேறுசில துறைகளையும் அவருடைய 'காண்டோ'களுக்கு விஷயமாக எடுத்துக்கொண்டார். அதுவே சர்வதேசப் பொருளாதாரம். அவருடைய வாழ்க்கையின் பிற்பகுதியில் நீண்டதொரு சோகக் கட்டத்திற்கு அது வழி வகுத்தது.

பவுண்டு 1925ஆம் ஆண்டில் ரப்பலோ கிராமத்தில் குடிபுகுந்தார். இரண்டாவது மகாயுத்தம் முடிந்த 1945ஆம் ஆண்டுவரை ரப்பலோ இலக்கியப் பிரியர்கள் விஜயம் செய்ய வேண்டிய விசேஷத்தலமாக இருந்தது. அந்த ஊர் மக்கள் பவுண்டிடம் மிகுந்த மரியாதை வைத்திருந்தனர்.

லண்டனில் வசித்துவந்தபோதே பவுண்டு 'பட்ரியாமியா' என்ற ஒரு கட்டுரை எழுதியிருந்தார். அமெரிக்காவுக்குச் செய்திவிடும் பாணியில் இருந்த அந்தக் கையெழுத்துப் பிரதியை ஒரு சிகாகோ பிரசுரகர்த்தர் தொலைத்துவிட்டார். எழுதி சுமார் 37ஆண்டுகளுக்குப் பிறகுதான் அது மீண்டும் கிடைத்து அச்சேற முடிந்தது. அந்த இடைவெளியில் இரு மகா யுத்தங்கள் நிகழ்ந்துவிட்டன. பவுண்டு இரு அந்நிய தேசங்களில் வசிக்கப்போனார். அமெரிக்க தேசத் துரோகி என்று குற்றம் சாட்டப்பட்டார். சித்த ஸ்வாதீனமற்றவர் என்று காவலில் வைக்கப்பட்டார்.

பவுண்டு அமெரிக்காவைத் தாக்கினார் என்பது உண்மை. ஆனால் அது துவேஷத்தினால் ஏற்பட்டதல்ல. அவருக்கு அமெரிக்காமீது இருந்த அக்கறைதான் அந்த நாட்டைப் பற்றி அவரை அவ்வளவு சிந்திக்கவைத்தது. அகில உலக ரீதியில் பவுண்டுக்கு மனித சமுதாயம் சீர்கெட்டுப் போவதற்கு முறையற்ற பொருளாதார அடிப்படைகளே காரணம் என்று தோன்றிவிட்டது, அமெரிக்கர்கள் செல்வம், சொத்து

சில ஆசிரியர்கள் சில நூல்கள்

திரட்டுவதிலேயே வெறிபிடித்துக்கிடக்கிறார்கள்; அநேகமாக ஒவ்வொரு அமெரிக்கனும் அவனுடைய சிந்தனை முழுவதையும் இதிலேயே செலுத்துகிறான் என்பது அவருடைய குற்றச்சாட்டு, அமெரிக்கா அற்புதமான நாடு, அது எதை முக்கியமாகக் கருதினாலும் அதை அடையும்வரை வாளாவிருக்காது; ஆனால் அது முக்கியம் என்று கருதுவது சீரியதாகவும் இருக்க வேண்டும். அரசாங்கம் பொருளாதாரத்தை நேரடியாகத் தன் கண்காணிப்பில் வைத்திருந்தால்தான் முறையான ஆட்சி ஏற்படும் என்று பவுண்டு கருதினார். அமெரிக்கப் பொருளாதாரத்தில் பணத்தைப்புரட்டி இன்னும் பணம் குவிக்க வழியிருக்கிறது; உபயோகமாகவும் அழகாகவும் உள்ளவைகளைச் சிருஷ்டிக்கும் தொழில்களில் ஈடுபடுகிறவர்கள் தகுந்த பிரதிபலன் அடைவதில்லை என்று அவர் கருதினார். அவருடைய கருத்துப்படித் தேசப் பொருளாதாரத்தை அனைவருக்கும் சமமாகவும் அதிகம் பயன் தருவதாகவும் நிர்வாகிக்க, ஆட்சி அறிவும் அன்பும் நிறைந்த சர்வாதிகாரியின் கையில் இருக்க வேண்டும். பவுண்டுடைய கணிப்புப்படி அத்தகைய 'சர்வாதிகாரிகள்' ஜெஃபர்சன், ஆடம்ஸ், ஜாக்ஸன், கன்ஃபூஷல் போன்றவர்கள். முஸ்ஸோலினியும் ஒருவர். முஸ்ஸோலினி சர்வதேச உறவில் அமெரிக்காவுக்கு நண்பரல்லர்.

அமெரிக்காவுக்குத் தன் சித்தாந்தங்களை அறிவு புகட்டும் முறையில் பவுண்டு எழுதியதோடு ரோம்நகர ரேடியோ மூலம் ஒலிபரப்பும் சந்தர்ப்பமும் வாய்த்தது ஜனாதிபதி ரூஸ்வெல்டின் கொள்கைகளைத் தாக்கி பவுண்ட் பேசினார். பொருளாதார ரீதியில் முயற்சிகள் எடுத்துக்கொண்டால் நிச்சயம் இன்னொரு உலக யுத்தம் தவிர்க்கப்படும் என்பது அவருடைய நம்பிக்கை.

ஒரு ஞாயிற்றுக்கிழமை விடியற்காலை பசிபிக் மாக்கடலில் அமெரிக்கக் கடற்படைத் தளமாகிய பெர்ல் ஹார்பர் தாக்குதலுக்குட்பட்டது. டிசம்பர் 7, 1941 இலிருந்து இத்தாலியும் அமெரிக்காவும் போர்க்களத்தில் எதிரிகளாயின. பவுண்டும் அவர் மனைவியும் இத்தாலியைவிட்டு வெளியேற ரோம் நகரம் வந்தனர். ஆனால் அங்கே அமெரிக்கக் குடும்பங்கள் வெளியேற ஏற்பாடுகளை ஏற்றிருந்த ஒரு அமெரிக்க அதிகாரி பவுண்டை ரயிலிலேற அனுமதிக்கவில்லை. இது நடந்த சில நாட்களுக்கெல்லாம் பவுண்டு இத்தாலியிலேயே தங்கி, தமது ரேடியோப் பிரசங்கங்களை மீண்டும் துவக்கினார்.

"நான் அமெரிக்காவுக்குப் பேசுகிறேன் என்றாலும் நான் சொல்வது இங்கிலாந்துக்கும் பொருந்தும். இங்கிலீஷ்காரன் மண்டையை மரக்கட்டை என்றால் அமெரிக்கன் தலை பொத்தல் பூசணிக்காய்; அதில் எதையும் சுலபமாகப் புகுத்தலாம்,

ஆனால் பத்து நிமிஷம் கூட அதில் தங்கியிருக்கும்படிப் பண்ண முடியாது... நான் சொல்ல நினைப்பதை காண்டோ 14, 15இல் ஏற்கெனவே கூறியிருக்கிறேன்... சகதியில் மாட்டிக்கொண்டிருக்கிறீர்கள். எனக்கென்னமோ அரசியல் சிக்கலற்றதாகத்தான் தெரிகிறது..." இம்மாதிரி ஏறக்குறைய நூறு ரேடியோ உரைகள் பவுண்டு நிகழ்த்தினார். அமெரிக்காவில் இது கடும் வெறுப்பைக் கிளப்பி, பவுண்ட் 19 பிரிவுகளில் தேசத்துரோகக் குற்றச்சாட்டுக்கு இலக்கானார். எதிரியின் கைக்கூலியாக இருந்துகொண்டு அவனிடம் கூலிபெற்று துஷ்பிரசாரம் செய்கிறார் என்பதும் ஒரு குற்றச்சாட்டு.

முஸ்ஸோலினி அரசாங்கம் பவுண்டுக்கு விசேஷமாகப் பணம் குவித்துத் தரவில்லை என்பது பின்புதான் தெளிவாயிற்று. கடைசிவரையில் பவுண்டு அமெரிக்கப் பிரஜை என்கிற ஸ்தானத்தை இத்தாலியர்களுக்கு விட்டுக் கொடுக்கவில்லை. அவர் மனச்சாட்சிக்குத் தோன்றுவதைத்தான் பிரசங்கம் செய்வேன் என்கிற நிபந்தனை பேரில்தான் அவர் ரேடியோ உரைகள் நிகழ்த்தினார். யுத்தப் பிரச்சாரரீதியில் அவருடைய பிரசங்கங்கள் உபயோகமற்றவை. சர்வதேச சமுதாய அடிப்படையில் மனித இயல்பையொட்டி, எது உலகத்துக்கு நன்மை பயக்கும், எது தீமை விளைவிக்கும் என்று பவுண்டு தன் சொந்தக் கருத்துக்களை, தன் சொந்தப் பாணியில் (ஏராளமான குறுக்கு வெட்டுகளும் சித்தாந்தச் சூத்திரங்கள், புராணமேற்கோள்கள், அதிசூக்ஷ்மமான இலக்கிய உபமான உபமேயங்களுடன்) உரை நிகழ்த்தினார். அவர் உரையின் த்வனியை வைத்துத்தான் அது அமெரிக்கர்களைத் தாக்குகிறது என்று புரிந்துகொள்ள முடிந்தது. பொருள் எளிதில் விளங்குவதாக இல்லை. அமெரிக்க அரசாங்கம் பவுண்டைத் தேசத்துரோகி என்று பெயரிடும் அதேசமயத்தில், அவர் உரைகளைக் கேட்டு ஒன்றும் விளங்காத இத்தாலிய அரசாங்கமோ பவுண்டு ஏதோ சங்கேத முறையில் அமெரிக்காவுக்கு உளவுச் செய்திகள் அனுப்புகிறார் என்று கூடச் சந்தேகித்தது!

அதற்கும் முன்னர் 1939ஆம் ஆண்டில் பவுண்டு அமெரிக்கா விஜயம் செய்தபோது ஹாமில்டன் காலேஜ் அவருக்கு விசேஷப் பட்டமளித்துக் கௌரவித்தது. மறுபடியும் 1945இல் அவர் அமெரிக்கா கொண்டுவரப்பட்டபோது அவர் சித்தம் கலங்கியவர் என்று நிர்ணயிக்கப்பட்டு ஒரு அரசாங்க விடுதியில் சேர்க்கப்பட்டார். மரண தண்டனையும் பெறக்கூடிய குற்றச்சாட்டு காத்திருந்தது. பதின்மூன்று வருடங்கள் கழித்து அக்குற்றச்சாட்டு வாபஸ் பெறப்பட்டது. பவுண்டு மனநோய் விடுதியிலிருந்து விலகி மீண்டும் இத்தாலிக்கே சென்றுவிட்டார்.

சில ஆசிரியர்கள் சில நூல்கள்

இலக்கிய உலகில் பவுண்டுக்கிருந்த உன்னத ஸ்தானம் இன்னமும் ஊர்ஜிதப்படுத்தும் வகையில் 1950இல் வெளியான 'பைசா நகரத்துக் காண்டோக்கள்' அமெரிக்க போலின்கன் பரிசு பெற்றது. காவலில் இருக்கும்போது அவர் மொழிபெயர்த்த 'விமன் ஆஃப் டிரகிஸ்' முக்கிய இலக்கியப் பணிகளில் ஒன்றாகக் கருதப்படுகிறது.

இலக்கியத்தில் பதப்பிரயோகம், உட்பொருள் விளக்க உத்திகள், பழைமை நீங்கிய உயிர்த்துடிப்பான நடை, காவியங்களின் மொழிபெயர்ப்பு ஆகிய துறைகளில் தீவிர அபிவிருத்தி ஏற்பட ஐம்பதாண்டு காலத்திற்கும் மேலாகப் பவுண்டு முழுமூச்சாகப் பாடுபட்டார். இலக்கிய விமர்சனத்திற்குப் புதிய பாதை வகுத்தார். எண்ணற்ற எழுத்தாளர்களுக்கு ஊக்கமும் சிறந்த வழிமுறைகளைக் கற்பித்தும் கொடுத்தார். பிறருக்கு மட்டும் ஆசான் என்றில்லாமல் தன் சுய படைப்புகளிலும் புரட்சிகரமான புதுமையைக் கையாண்டார். அவருடைய கருத்துக்களை எல்லாரும் ஒத்துக்கொள்ளாத போதிலும் அவர் படைப்புகளின் அந்தரங்க சுத்தி, ஆழம், இசை ஊடுருவியிருக்கும் நடை – இதை யாரும் உடனே உணர்ந்தறிய முடியும். அவருடைய 'கைட் டு கல்சர்' *(Guide to culture)*. 'ஏபிசி அஃப் ரீடிங்' *(ABC of reading)*, இலக்கியக் கட்டுரைகள் முதலிய உரைநடைப் பகுதிகளைப் படித்தபின் அவருடைய செய்யுள்களைப் படிப்பது பயனுள்ளதாயிருக்கும். அவருடைய வாழ்க்கை நோக்கு தீவிரம் பொருந்தியது. அவருடைய எழுத்துக்களும் அதையே பிரதிபலிக்கின்றன.

பவுண்டை விமர்சித்து ஏராளமான நூல்கள் இயற்றப்பட்டிருக்கின்றன. ஜான் எப்ஸி, பிளாக்மர், லீவிஸ், ரஸ்ஸல், ஜார்ஜ் ரைட் ஆகியோர் எழுதிய விமர்சனங்கள் பவுண்டை வாசகருக்கு முறையான அறிமுகத்தோடு அளிக்கும்.

தீபம், 1967

~

சில நூல்கள்

சா. கந்தசாமி எழுதிய

சாயாவனம்

'சாயாவனம்' ஓர் அபூர்வமான நாவல். 1969ஆம் ஆண்டின் சிறந்த படைப்புகள் என்று இலக்கியப் பிரக்ஞையுள்ளவர்கள் தேர்ந்தெடுக்கும் மூன்று நான்கில் 'சாயாவனம்' ஒரு சிறப்பிடம் பெறும். இன்றிருக்கும் தமிழ் இலக்கியப்படைப்பு, பிரசுர நிலவரங்களில் இப்படியொரு புத்தகம் வெளிவந்தது பல காரணங்களுக்குக் குறிப்பிடத்தக்கதாகும்.

'சாயாவனம்' பல கோணங்களில் வியப்பளிக்கக் கூடிய நாவல். முதலாவது அதன் கதைக் கரு – அக்கரைச் சீமை சென்று பணம் சிறிது சம்பாதித்து வந்தவன் தன் கிராமத்தில் ஒரு காடாக மண்டிப் போயிருந்த தோட்டத்தை வாங்கி, அதை அழித்து ஒரு கரும்பாலை நிறுவுகிறான். நாவல் ஆரம்பமாகும்போதே தோட்டம் வாங்குதல் முடிந்துவிட்டது. ஆலையை நிறுவும் பகுதி அதிகம் வற்புறுத்தப்படாத பகுதி. ஆக, தோட்டம் அழிக்கப்படுவதுதான் கதையின் கருவின் கரு – அப்படியும் கூறமுடியுமானால். இறுதி வெற்றி தோல்வி என்கிற ஒரு ஸ்தூலமான கவலையுடைய எந்த எழுத்தாளனும் ஒதுங்கி நகரச் செய்யும் கதைக் கருவை 'சாயாவனம்' படைப்பாளி சா. கந்தசாமி தேர்ந்தெடுத்துத் திறமையுடன் கையாண்டது கவனிக்கப்பட வேண்டியதொன்றாகும், உண்மையான தீரம் இதுதான்.

சம்பிரதாய விமர்சகரைத் திருப்தி செய்யும் வகையில் இதில் தலைவன், மற்ற பாத்திரங்கள் என்றிருப்பினும், இந்த நாவலில் பாத்திரங்கள் அவ்வளவு முக்கியமல்ல. முதலில் ஒரு கதை சொல்வதுபோல் தொடங்கும் கந்தசாமியின் உரைநடை, காலதாமதமே செய்யாமல் வனமழிப்புப் பகுதி வந்தடைந்தவுடன், கவிதை ரசம் மிகுந்த நீண்ட கவிதையாக உருமாறுகிறது. வனத்தை அழிப்பதை மனிதனுக்கும் இயற்கைக்கும் இடையே நிகழும் 'போர்', ஆலை நிறுவுவது 'பழைய காலத்தை இடித்துத் தள்ளி வரும் நவீன காலம்' என்ற சம்பிரதாய, உரிய அளவுக்கும் மேலும் மேலும் திரும்பத் திரும்பச் சொல்லப்பட்டுச் சலிப்பு தரும் உருவகங்களாகக் கொள்ளாமல், யதார்த்தத்தை யொட்டி வாழ்க்கையில் யாரும் எதிர்கொள்ளக்கூடிய சம்பவங்களாக நோக்கும் ஒரு பக்குவம்; இந்தப் பக்குவத்தின் அடிப்படையில் ஒவ்வொரு செடியும் கொடியும் மரமும் விழுவது கால மாற்றத்தின் இசையாக அனுபவிக்கும்படி எழுதப்பட்டிருக்கிறது. இது உலகம் தோன்றியதிலிருந்து இடையறாது நிகழ்ந்துகொண்டிருக்கும் இசை. இந்த நாவல் குறிக்கும் கால கட்டத்தில், அந்தக் கிராமத்தில், சில மனிதர்கள் அந்த இசையில் பங்கு பெறுகிறார்கள் என்பது யதேச்சையாக நிகழ்ந்தது ஆகும். பிரத்யட்சமாயிருந்தும் மிக நுணுக்கமாக இருப்பதொன்றை எழுத்து வடிவம் கொடுக்க முற்படுவது மிகவும் குறிப்பிடத்தக்க ஆர்வம். அந்த வடிவம் கொடுத்திருப்பது மிகவும் குறிப்பிடத்தக்க சாதனை.

சா. கந்தசாமி ஏறக்குறைய ஐந்தாறு வருடங்களாகத் தீவிரமாக எழுதிக்கொண்டு வருபவராயினும் ஒரு போட்டியிலும் பரிசு வாங்கியது கிடையாது. பிரபல பத்திரிகையின் அங்கீகாரம் பெற்றவர், அல்லது இந்தக் குறிப்பிட்ட நாவல் சராசரி வாசகர்களின் பரபரப்புத் தேவையைப் பூர்த்தி செய்யும் என்பவை கந்தசாமி, இந்த நாவல் இரண்டுக்கும் பொருந்தாது. அக்காரணத்தினாலேயே இன்று தமிழ் பதிப்புத்துறை இயங்கும் சூழ்நிலையில் 'சாயாவனம்' பிரசுரம் ஆகியிருக்க முடியாது. இலக்கியத்தில் கந்தசாமியின் இடம் உறுதி செய்வதற்கு இன்னும் சிறிது நாள் ஆகலாம். ஆனால் அவர் இப்போது படைத்திருக்கும் இந்நாவலின் தரத்தைக் கண்டுகொண்டு ஒரு சிறப்பான வெளியீடாகக் கொணர்ந்த பதிப்பாளர்கள் அவசியம் பாராட்டப்பட வேண்டியவர்கள்.

'சாயாவனம்' தமிழ் படைப்பிலக்கியத்தில் ஒரு மைல்கல். நடை புதுமையானது, ஆனால் பரிசுத்தம் தோன்ற இருப்பது, இலக்கிய வளர்ச்சிக்கும் தமிழ்மொழி வளர்ச்சிக்கும் இது ஒரு

குறிப்பிடத்தக்க பணி. இலக்கிய வளர்ச்சியில் மற்றும் மொழி வளர்ச்சியில் ஆர்வம் மிக்கவர்களாகக் கூறிக்கொள்பவர்களுக்குச் 'சாயாவனம்' போன்ற படைப்புகள் அவரவர்களின் அந்தரங்க சுத்தியைப் பரிசோதிக்கும் சோதனைகள்.

கணையாழி, **1970**

~

சா. கந்தசாமி எழுதிய
தொலைந்துபோனவர்கள்

இதைப் படிப்பவர்கள் அநேகமாக எல்லோரும் பள்ளியில் படித்திருப்பார்கள். பணக்காரன், ஏழை, குட்டையன், நெட்டையன், கறுப்பன், சிவப்பன், புத்திசாலி, மண்டு எல்லோரும் சேர்ந்ததுதான் பள்ளி. பள்ளி செல்லும் வயதில் இந்த வித்தியாசங்கள் இருந்தாலும் எப்படியோ ஓர் ஒருமையையும் உணர முடிகிறது. எல்லோருடனும் சேர்ந்து விளையாட முடிகிறது; சண்டை போட முடிகிறது, கேலி செய்ய முடிகிறது; கனவிலும் நனவிலும் நண்பர்களையே நினைத்துக்கொண்டிருக்கமுடிகிறது.

வயது கூடக்கூட இந்த ஒருமை மாறி வேற்றுமைகளே பெரிதாகிப் போய்விடுகின்றன. மெல்ல மெல்ல, ஆனால் உறுதியாக, தீர்மானமாக, ஏற்றத் தாழ்வுகள் – வர்க்கம், வகுப்பு, உலக வாழ்க்கையில் வெற்றி அல்லது தோல்வி – இதெல்லாம் இந்த மனிதப் பிறவிகளை, உயிருக்குயி ராகப் பள்ளியில் பழகிய நண்பர்களைப் பிரித்து விடுகிறது.

நான்கு பள்ளி நண்பர்களில் இன்னும் பள்ளி நினைவுகளும் நட்பும் முக்கியமாக உள்ள ஒருவன் இதர மூன்றுபேரைத் தேடிக் கண்டுபிடித்து ஒரு பகல் விருந்துக்கு ஏற்பாடு செய்கிறான். நால்வரில் அவனே உலகாயத வகையில் அதிக வெற்றி பெற்றவன். அந்த விருந்துக்கு அந்த நால்வரில் சகல சுயகௌரவத்தையும் இழந்து, சீரழியவே பழக்கப்பட்டவன்தான் வருகிறான். மற்ற இருவர்

வருவதில்லை. முதலாமவனுக்கு வந்த ஒருவனும் அவனுடைய முயற்சியின் தோல்வியின் சின்னமாகக் காட்சியளிக்கிறான்.

வெகுளிமையானது போன்றதொரு கதையை எளிமையாகச் சொல்வது போல் சா. கந்தசாமியின் 'தொலைந்துபோனவர்கள்' (கலைஞன் பதிப்பகம், சென்னை 600 017) இன்றைய சமூகம் மற்றும் தனிமனிதனின் இறுக்கங்களைத் தூக்கி வாரிப் போடும்படிக் கண்முன் நிறுத்துகிறது. பிரக்ஞையைக் கிளறும் இந்தப் படைப்பு ஒரு தலைசிறந்த தமிழ் நாவல் என்பதோடு மட்டுமல்லாமல் இன்றைய எதார்த்த உலகைத் துல்லியமாக உணர்த்தும் ஒளியுமாகும்.

அமுதசுரபி, 1985

~

ஆதவன் எழுதிய

காகித மலர்கள்

ஓர் இலக்கியப் பிரிவாகப் பார்த்தால்தான் 'காகித மலர்கள்' ஆதவன் எழுதிய முதல் நாவலாகுமே தவிர உண்மையில் அது அவர் 15 – ஆண்டுகளாக எழுதி வரும் புனைகதைகளின் தொடர்ச்சியாகும். அத்துடன் ஆதவன் எனும் இலக்கியக் கர்த்தாவின் படைப்பு மூலத்தையும் இவ்வளவு ஆண்டுகளில் முதன்முறையாகக் கோடிட்டுக் காட்டுவதாகவும் அது அமைந்திருக்கிறது.

'காகித மலர்கள்' ஆதவனைப் படித்து வருபவர்களுக்கு முற்றிலும் புதிய படைப்பல்ல. அதில் வரும் பாத்திரங்கள் – பசுபதி தம்பதியார், நாரசிம்மையர், மந்திரி, செல்லப்பா, விசுவம், பத்மினி, கணேசன், பத்ரி இன்னும் பலர் – ஆதவனுடைய வெவ்வேறு சிறுகதைகளிலும் வந்துபோனவர்கள். ஆனால் தனித்தனியாக அந்தந்தச் சிறுவட்டங்களில் தோன்றி மறைந்தவர்கள், 'காகித மலர்கள்' நாவலில் ஒரு பூரணமான உலகில் சஞ்சரிக்கிறார்கள். ஒவ்வொருவருடைய தரமும் உறவும் உறுதியாகவும் நுண்மையாகவும் தீட்டப்பட்டிருக்கிறது. அவர்கள் வாழும் காலமும் அவர்களுடைய மதிப்பீடு களும் சமூகம் அவர்களுக்கு அளித்திருக்கும் முக்கியத்துவமும் (அல்லாததும்) நுணுக்கமாகவும் திட்டவட்டமாகவும் தெளிவு படுத்தப்பட்டிருக்கிறது. இது உலகைப் பற்றிய ஆசிரியரின் விமர்சனமாக அமையும்; அதே நேரத்தில் ஆசிரியரின் அந்தரங்க உலகம் எவ்வாறு உருக் கொண்டிருக்கிறது என்பதையும் காட்டுவதாக இருக்கிறது. மனப்பூர்வமாகவும் சுயேச்சையாகவும்

இப்படைப்பு நிகழ்ந்திருக்கிறது என்பதற்கு இதைத் தவிர வேறு நிரூபணங்கள் தேவையில்லை. ஆதலால் மனப்பூர்வமான ஈடுபாட்டுக்குரிய ஆத்மிக வலுக்கொண்டதாகக் 'காகித மலர்கள்' மலர்ந்திருப்பதில் வியப்பில்லை. ஆதவன் என்னும் மனிதனையும் கலைஞனையும் இவ்வலுக்கொண்டவனாக அறிவதில் மகிழ்ச்சியும் நம்பிக்கையும் ஏற்படுகிறது.

ஆனால் ஆதவனின் கலையுலகம் நம்பிக்கையை வெளிப் படையாக ஏற்றுக்கொள்வதில்லை. மனிதன் அவனுடைய சக்திக்கப்பாற்பட்ட காரணிகளால் இயக்கப்படும் உலகத்தில் அவன் நிராசையும் துக்கமும் விபத்துக்களுமே எதிர்நோக்கக் கூடியவன் என்று உணர்த்துவதுபோல ஆதவனின் எழுத்தின் த்வனியும் அவர் கோர்வையாகக் கூறும் சம்பவங்களும் அமைகின்றன. உண்மையில் ஆதவனுடைய எழுத்தில், குறிப்பாகக் 'காகித மலர்க'ளில், சம்பவங்கள் குறைவு. ஒருசில குறிப்பிட்ட சந்தர்ப்பச் சூழ்நிலைகளில் அவருடைய பாத்திரங்களின் உள்மன இயக்கமே அவருடைய படைப்பின் பிரதான அம்சம். 'காகித மலர்க'ளில் மிக முக்கியமான திருப்பங்கள் பாத்திரங்களின் மனத்தில்தான் நிகழ்கின்றன.

உள்மன இயக்கத்தை இவ்வளவு நுணுக்கமாகவும் விவரமாகவும் எழுதும் உத்தி இந்த நூற்றாண்டைச் சார்ந்ததாயினும் 'காகித மலர்கள்' ஒரு பார்வையில் சம்பிரதாய நாவலாகும். சர்வ வியாபியும் சர்வஞானியுமான ஆசிரியத் தோரணை பல மகத்தான பத்தொன்பது, பதினெட்டாம் நூற்றாண்டின் படைப்புகளில் காணக் கிடைப்பதாகும், அதே நேரத்தில் பல இடங்களில் 'காகித மலர்கள்' ஒரு கைதேர்ந்த கலைத்திரைப்பட இயக்குனரின் 'ஸ்கிரிப்ட்' போலவும் இருக்கிறது, அதிலும் நாவலின் இறுதி இரு அத்தியாயங்கள் வெகுதுரிதமான வெட்டு – இணைப்பு கொண்ட நவீன திரைப்படமாகவே உருவாகிறது. நீண்ட நாவலை எழுதி அதன் முடிவுப் பகுதிகளைப் படித்துப் பகிர்ந்துகொள்ள இன்னொரு கலைச்சாதனத்தின் பரிச்சயத்தை அத்யாவசியமாக்கும் துணிச்சல் சாதாரணமாக எல்லா எழுத்தாளனுக்கும் தோன்றாது. ஓவியம் (ஓர் உதாரணம்) புது டில்லி மாரிக் காலத்துவக்கத்தை வர்ணிக்கும் முதல் அத்யாயம், நாடகம், திரைப்படம் ஆகிய மூன்று கலைச் சாதனங்களும் எளிதில் வர்ணிக்க முடியாத ஓர் அதிசயக் கலவையில் அபூர்வமான இலக்கியப் படைப்பாகக் 'காகித மலர்கள்' உருப்பெற்றிருக்கிறது.

ஆதவனின் இலக்கிய நோக்கு நீண்ட மரபுடையது. ஜார்ஜ் எலியட், தாமஸ் ஹார்டியினூடே இந்த நூற்றாண்டின் பிற்பகுதியின் மிகச்சிறந்த படைப்பாளிகளில் ஒருவரான

ஆல்பர்ட் காமு வரை இந்த இலக்கிய நோக்குக்கு ஒரு தொடர்ச்சி இருக்கிறது. ஆதவனுடைய படைப்பின் களம், பாத்திரங்களின் சமுதாயத் தட்டு இவை மட்டும் கணக்கிலெடுத்துக் கொண்டு பலர் இவரை இந்திரா பார்த்தசாரதியுடன் ஒப்பிடுகிறார்கள். இந்திரா பார்த்தசாரதியின் நாவல்கள் முற்றிலும் வேறுவகை எழுத்துப் பிரிவைச் சேர்ந்தவை.

'காகித மலர்கள்' ஆதவனின் ஒரே நாவலாயினும் தமிழ் நாவல் வளத்துக்குக் கணிசமான சமர்ப்பணமாகும். இது படிக்கப்படுவோர் அனைவராலும் ரசிக்கப்படும் என்று கூற முடியாது. ஆனால் வெவ்வேறு அளவில் அனைவருக்கும் ஒரு தனித்தன்மை வாய்ந்த இலக்கிய அனுபவத்தைத் தரும் என்று மட்டும் உறுதிகூற முடியும்.

'தமிழ் நாவல் 50 பார்வைகள்'
என்ற நூலுக்காக எழுதப்பட்ட கட்டுரை

~

சாதனைகளும் சாதனையாளர்களும்

மனித வரலாறே காலக்கிரமமாகப் பட்டியலிடப்பட்ட சாதனைகள்தான். ஒரு பொது வரலாற்றை எழுதத் தொடர்ந்து இருந்துவரும் சாதனைச் சின்னங்களான கல்லும் கட்டடமும் ஓரளவு போதுமானதாகவே இருக்கின்றன. ஆனால் அந்தச் சாதனையாளர்களைப் பூர்ணமாகக் காட்ட அவை போதுவதில்லை. இந்த நூற்றாண்டில் சாதனைச் சின்னங்களும் இதரத் தடயங்களும் பாதுகாப்பாக இருந்து வர நூலகங்கள், காப்பகங்கள், புகைப்படம், திரைப்படம், ஒலிப்பதிவு எனப் பல சாதனங்கள் ஏற்பட்டுவிட்டன. அப்படி இருந்தும் இதுதான் இவர் என்று ஒருவரைப் பற்றி உறுதியாகக் கூறிவிட முடிவதில்லை. இந்த முப்பதாண்டுகளிலேயே பண்டித நேருவின் வாழ்க்கையின் பல்வேறு அம்சங்கள் குறித்துத்தான் எவ்வளவு மாறுபட்ட தோற்றங்கள் உலவக் கிடைத்து விட்டன!

தான் நேரில் கண்டு பழகிய நாற்பத்தைந்து எழுத்தாளர்கள் பற்றி நாற்பத்தொரு கட்டுரைகள் கொண்டதே க.நா. சுப்ரமண்யத்தின் புதிய நூலாகிய 'இலக்கியச் சாதனையாளர்கள்.' (மணிவாசகர் நூலகம், மேல சன்னதி, சிதம்பரம் – 608001; பக்கங்கள் 208, விலை ரூ. 16.00) இந்த எழுத்தாளர்கள் அனைவருமே வெவ்வேறு அளவில் உலகுக்குத் தெரிந்தவர்கள். சிலர் உலகப் புகழ் பெற்றவர்கள். இவர்களில் பலர் இன்று நம்மிடையே இல்லை. நமது நாட்டுக்குரிய சில காரணங்களினால் இவர்களில்

பெரும்பான்மையோர் ஏதோ அதீத உருவம் கொண்ட அல்லது கருத்துக்களினாலேயே உருவாக்கப்பட்ட சின்னங்களாகத்தான் இன்று நினைவுகூரப்படுகிறார்கள். அப்படிப்பட்டவர்களுள் சதையும் இரத்தமும் கூடியவர்களாக நாம் அடையாளம் காணக்கூடிய மனிதர்களாக, இந்தக் கட்டுரைகளில் நம் முன் காட்சி தருகிறார்கள். ஒரு வாரப் பத்திரிகையில் தொடராக எழுதப்பட்ட காரணத்தால் இக்கட்டுரைகள் அநேகமாக எல்லாமே ஒரே நீளம் கொண்டவையாக இருக்கின்றன. இந்தப் புறக் காரணத்தைத் தனக்குச் சாதகமாகப் பயன்படுத்திக் கொண்டு ஆசிரியர் ஒவ்வொரு கட்டுரையையும் திட்டவட்டமான அமைப்புக் கொண்டதாகப் படைத்திருக்கிறார். சில கட்டுரைகள் தொனியிலும் சம்பவக்கோப்பிலும் சிறந்த சிறுகதைகள்போல் உருவாகியிருக்கின்றன. இது ஆசிரியருக்கு வலுவான இலக்கிய உணர்வும், நீண்ட கால எழுத்துப் பயிற்சியுமின்றிச் சாத்தியமில்லை. இந்த நூலைப் படிப்போர்க்கு இந்த இலக்கியப் பயிற்சியின் மேன்மை பளிச்சென்று தெரியக்கூடியதொன்று.

இரண்டாம் உலக யுத்தத்துக்கு முந்தைய தலைமுறையின் இலக்கியப் பிரதிநிதிகள் – குறிப்பாகத் தமிழ் எழுத்தாளர்கள் – அநேகமாக எல்லோரும் இந்நூலில் இருக்கிறார்கள். அம்ருதா பிரீதம், மாஸ்தி வெங்கடேச ஐயங்கார், தகழி, விசுவநாத சத்யநாராயண பிற இந்தியமொழி எழுத்தாளர்கள். ஆர்தர் கொய்ஸ்லர், வில்லியம் ஃபாக்னர், சார்த்தர், காமூ, மால்ரோ, ஆர்.கே. நாராயண், ராஜா ராவ், ஸ்டீபன் ஸ்பெண்டர் இந்திய எல்லைக்கு அப்பாற்பட்டவர்கள். வை. கோவிந்தன், அல்லையன்ஸ் குப்புசாமி ஐயர் ஆகிய இருவரும் பிரதானமாகப் புத்தக வெளியீட்டாளர்கள். கட்டுரை நாயகர் யாராயிருந்தாலும் ஒரு சீரான பார்வையோடு, எதையும் எடுத்துரைக்கத் தயங்காமல் அதே நேரத்தில் கண்டனம் தொனிக்காத முறையில், ஆசிரியர் அனாயாசமாக எழுத முடிந்ததற்கு அவருடைய நீண்டகால அனுபவமும் மனப்பக்குவமும்தான் காரணம்.

இந்நூலில் விவரிக்கப்பட்ட நிகழ்ச்சிகள் எதுவும் மிக அந்தரங்கமானது, திடுக்கிட வைப்பது என்று கூறிவிட முடியாது. ஆனால் எல்லாமே அந்தந்த எழுத்தாளர்பற்றிச் சில சூட்சுமங்களை உணர்த்துவதாக உள்ளன. ராஜாஜி, டி.எஸ். சொக்கலிங்கம், டி.கே.சி. எனப் பலர் பற்றிய கட்டுரைகள் இதற்கு உதாரணம். அமெரிக்க மனைவிக்குப் பிறந்த குழந்தைக்குப் பால் புகட்ட இந்தியாவிலிருந்து ராஜாராவ் பாலாடை வாங்கிய நிகழ்ச்சி அவர் எழுத்து தரும் அனுபவத்துக்கு ஒரு புதிய கண்ணோட்டத்தையே தரக் கூடியது. இந்த நூலின் தனித்துவமே இதில் கூறப்பட்டிருக்கும் நிகழ்ச்சிகள் யாவும்

ஆசிரியரின் கவனத்துக்குட்பட்டு நிகழ்ந்தவை. இவை வெறும் நிகழ்ச்சிகளாக வெளிப்படாமல் மனித மனத்தின் நுண்ணிய தளங்களை விளக்கும் கருவிகளாக உருவாகியிருக்கின்றன.

ஒரே துறையில் இருப்பவர்கள் பகிரங்கமாக ஒருவர்பற்றி ஒருவர் அபிப்பிராயம் தெரிவிப்பது தொழில்முறை கண்ணியத்துக்கு மாறுபட்டது என்பதுதான் பொதுவான கருத்து. ஆனால் இதற்கு இரு துறைகள் விதிவிலக்கு. ஒன்று அரசியல்; இன்னொன்று எழுத்துலகம். அரசியல் துறையினருக்கு இதர அரசியல் துறையினரைத் தவிர வேறு பேசுவதற்கு விஷயமே இல்லாமல் போகக்கூடும். எழுத்தாளர்பற்றி எழுத்தாளர் கூடப் பேசாவிட்டால் யார்தான் பேசப் போகிறார்கள்?

'இலக்கியச் சாதனையாளர்கள்' க.நா.சு. வின் வெற்றிகரமான நூல்களில் ஒன்று. இதற்குக் க.நா.சு. எழுதியிருக்கும் முன்னுரையும் ஒரு சிறந்த கட்டுரையாக அமைந்திருக்கிறது. பதிப்புரைக்காக மணிவாசகர் நூலக அதிபர் திரு. மெய்யப்பன் எழுதியிருப்பது சம்பிரதாய உரையாக நின்றுவிடாமல் நூலாசிரியரை ஒரு புதிய தலைமுறைக்கு அறிமுகப்படுத்தும் பணியை அழகாகச் செய்கிறது.

ஞானரதம், 1986

~

சுஜாதா எழுதிய
இரு 'மெலிதான' புத்தகங்கள்

சுந்தர ராமசாமி 'சாந்தி'யில் எழுதினார். ஜெயகாந்தன் 'சரஸ்வதி'யிலும் 'தாமரை'யிலும் எழுதினார். மௌனி 'மணிக்கொடி'யில் எழுதினார். (மணிக்கொடி எழுத்தாளர்களும், 'மணிக்கொடி'யில் எழுதினார்கள்!) இன்றைய நவீனத் தமிழ் எழுத்தாளர்களில் சிறந்தவர்களாகக் கருதப்படும் எல்லாரும் சிறிய 'சிறு பத்திரிகை'களில்தான் தங்கள் படைப்புத் துவக்கத்தைக் காண முடிந்தது. ஒரு பட்டியல் என்று யார் போட்டாலும் முழுமையாகப் போட முடியாது, சித்திரகுப்தனைத் தவிர. இன்றைய நல்ல தமிழ் எழுத்தாளர்கள் என்ற ஒரு பட்டியல் நடைமுறையில் முடியாத முழுமையுடன் தயாரிக்கப்பட்டால் அதில் சுஜாதாவின் பெயர் இருக்குமா என்று நிச்சயமாகச் சொல்ல முடியாது. ஆனால் இதை நிச்சயமாகக் கூறமுடியும்: சிறிய சிறு பத்திரிகைகள் அல்லாது பெரிய பெரும் பத்திரிகைகளிலேயே துவக்கம் கண்ட சுஜாதாவைச் சிறந்த விமரிசகர்கள், அவரைப் பற்றி ஒரு முறையோ பலமுறையோ விவாதித்து இருக்கிறார்கள். நேற்றே நடந்து முடிந்த யுத்தத்தைப்பற்றி இன்று அவர் ஒரு தொடர்கதை எழுதத் தொடங்குவதைப் பார்த்து தாங்களே மிகவும் பாதிக்கப்பட்டவர்கள் போன்று அங்கலாய்ப்பில் ஆழ்கிறார்கள். பைபிளை நினைவு கூர்பவர்கள் 'பிரச்னை மகன்' கதையை நினைத்துக்கொள்கிறார்கள். பிரபல பத்திரிகைகள், பிரபலமல்லாத பத்திரிகைகள் எல்லாரும் தங்களுக்கு

வந்து சேரும் கதைகளில் பாதிக்குமேல் ZOடியாக் டை, அவன் அவளை டித்தான், இன்னா ஆச்சு சிலோன் லைலா கேஸ¬, அவள் மாடிப்படியில் இ

ற

ங்

கி

ன

ா

ள் என்பவைகளைக் கண்டு இப்போது மலைக்காமலும் திகைக்காமலும் கோபிக்காமலும் இருக்கப் பழகிக்கொண்டுவிட்டார்கள்.

யார் இலக்கியம் படைப்பவன், எது இலக்கியம் ஆகிறது என்பதையெல்லாம் அவ்வளவு திட்டவட்டமாகக் கூறிவிட முடிவதில்லை. ஆனால் சுஜாதா வெகுகாலம் வரையில் நினைவில் இருக்கக்கூடியவர் என்பதை மட்டும் உறுதியாகக் கூறலாம்.

இதெல்லாம் இப்பொழுது எழுத வந்ததற்குக் காரணம் சுஜாதாவின் படைப்புகளில் சில முதல் தடவையாக நூல் வடிவத்தில் வந்திருக்கின்றன. நாகப்பட்டினம் குமரிப் பதிப்பகம் 'நைலான் கயிறு,' 'வானமெனும் வீதியிலே' என்ற இரு சுஜாதா படைப்புகளைப் புத்தகங்களாக வெளிக்கொணர்ந்திருக்கிறது. விலை ஒவ்வொன்றுக்கும் மூன்று ரூபாய்.

'நைலான் கயிறு' சுஜாதாவின் முதல் தொடர் கதை. முதல் நாவல், இதை நாவலென்று கூற முடியுமானால். பதினான்கு அத்தியாயங்கள் கொண்டது. முதல் அத்தியாயத்தில் கொலை நடக்கிறது. கடைசி அத்தியாயத்தில் கொலை செய்தது யார், எதற்கு எல்லாம் தெளிவுப்படுத்தப்படுகிறது. இந்த நாவல் துப்பறியும் கதை ரகத்தில் சேரலாம். மர்மக் கதை ரகத்தில் சேரலாம். கிளர்ச்சி யூட்டும் கதை ரகத்தில் சேரலாம்.

இந்த 'நைலான் கயிறு'க்கு ஒரு பின்னணி இருக்கிறது. நகுலன் நான்காண்டுகள் முன்பு 'குருக்ஷேத்ரம்' என்ற ஓர் இலக்கியத் தொகுப்பை வெளிக் கொணர்ந்தார். அதில் 'தனிமை கொண்டு' என்ற ஒரு சிறுகதை பலரின் கவனத்தைக் கவர்ந்தது. புரொபஸர் மகாதேவனும் அந்தக் கதையை நல்ல கதை என்று கூறினார். மன்னார்குடி சாம்பமூர்த்தியும் அது நல்ல கதை என்று கூறினார். லா.ச.ரா. அது இன்றையத் தமிழிலக்கியத்தில் அரிதாகி விட்ட 'பாஷன்' *(Passion)* உள்ள படைப்பு என்று கூறினார். 'தனிமை

கொண்டு' மலையாளத்திலும் வேறுசில மொழிகளிலும் மொழி பெயர்க்கப்பட்டுப் பிரபலமும் அடைந்தது. இந்தத் 'தனிமை கொண்டு'வின் விஸ்தரிப்புத்தான் 'நைலான் கயிறு.' முதலில் எழுதிய சிறுகதையில் ஒரு அப்பாவிப் பெண் பெண்களுக்கே நிகழக்கூடும் விபத்தில் உயிர் துறக்கிறாள். அவள் மரணத்திற்குக் காரணமானவன் நாவலில் தண்டிக்கப்படுகிறான். 'நைலான் கயிறு' நாவலின் கடைசி இரு அத்தியாயங்கள் அதை ஒரு சாதாரண கொலை – கண்டுபிடிப்புப் படைப்பிலிருந்து வெகுவாக உயர்த்திவிடுகின்றன.

'வானமெனும் வீதியிலே' வெளிவந்த போது சுஜாதாவின் நீளம், நிறம், பொழுதுபோக்கு, பிடித்த சினிமாப் பாட்டு இவை போன்ற தகவல்கள் மட்டுமல்லாது அவர் யாரோ முதுகில் சாய்ந்துகொண்டு மொபைல் தபாலுக்காக அவசரம் அவசரமாக எழுதிய போஸ்டு கார்டுகளைக் கூடப் பத்திரிகைகளில் வெளியிட்டுக்கொண்டிருந்தார்கள். 'வானமெனும் வீதியிலே' தொடர் கதையாக நல்ல அகன்ற பத்திரிகையில் வெளியாயிற்று. அதாவது அந்தப் பத்திரிகைக்கு நல்ல தாராளமான நீள அகலம் இருந்தது. அந்தப் பௌதிக யதார்த்தத்தைப் பயன்படுத்தும் வண்ணம் சுஜாதா தம் தொடர் கதைக்குள் ஒரு தொடர்கதை எழுதினார். உருவ அளவில் இவை வெவ்வேறு கதைகளே தவிர அவை ஒரே கதையின் இரு சரடுகள். இத் தொடர் கதை(கள்) வெளியாகிவரும்போதே சுஜாதாவே இத் தொடர் கதை(கள்) சம்பந்தப்படும்படிப் படங்களால் விளக்கப்பட்ட இன்னொரு படைப்பையும் தந்தார். ஹைஜாக்கிங்கைத் தடுப்பதெப்படி? இத் தலைப்பில் பல யோசனைகள் தந்தார். ('வானமெனும் வீதியிலே' நாவலின் முக்கிய நிகழ்ச்சி ஹைஜாக்கிங்குதான்.) இத் தொடர் கதை முடிந்த சில தினங்களுக்குள் நிஜமாகவே ஒரு இந்திய விமானம் பாகிஸ்தானுக்குக் கடத்தப்பட்டுவிட்டது.

பத்திரிகையில் தொடர் கதையாக வந்தபோது பத்திரிகையின் பல தன்மைகளைத் தனக்குச் சாதகமாக்கித் தொடர் கதையைப் பல விதத்தில் சிறப்பாக்கினார் சுஜாதா. அந்த உத்திகள் புத்தக உருவத்தில் அவ்வளவு சாதுர்யமாக மாற்றியமைக்கப்படவில்லை என்றே கூற வேண்டும். அது ஒரு இழப்புத்தான்.

சுஜாதாவின் புகழும் செல்வாக்கும் பாதிப்பும் உச்ச கட்டம் அடைந்து வெகுநாட்களான போதிலும் நூல் வடிவத்தில் அவருடைய படைப்புக்கள் இப்போதுதான் வரத் தொடங்கி யிருக்கின்றன. நாகப்பட்டினம் குமரிப் பதிப்பகத்தார் இன்னும் தொடர்ந்து சுஜாதாவின் படைப்புகளைப் புத்தகப் பதிப்புகளாகக் கொண்டுவருவதாகக் கூறியிருக்கிறார்கள்.

எந்தப் பத்திரிகையில் வெளிவந்தாலும், எப்படிப்பட்ட கெட்டிக்காரத்தனம் வழியும் விளம்பரத்துடன் வந்தாலும் சுஜாதாவின் எழுத்து ஓர் அசலான ஆற்றல் கொண்டவரின் எழுத்து என்பதை எவரும் ஒப்புக்கொள்ளாமல் இருக்கமுடியாது. 'சசி காத்துக் கொண்டிருக்கிறா'ளிலிருந்து 'மிஸ்டர் முன்சாமி ஒரு 1.2.1.' வரை அவருடைய படைப்புகளைப் படித்துக்கொண்டு வருகிறவர்களுக்கு சுஜாதாவின் ஒரு சில ரசாயனக் கலவை ரகசியங்களுடன் (தவிர்க்க முடியாத கதாநாயகிகள்: 'வயது இருபத்தெட்டு, வடிவம் இருபத்து நாலு'; அல்லது, 'வயது 25, செண்டி மீட்டர்களிலும் கிலோ கிராமிலும் இவள் உடம்பின் வளைவுகளைச் சொல்ல முடியாது'; அல்லது 'அம்மான்னா சின்னப் பொண்ணுதான், சும்மா சொல்லக்கூடாது, ஜோதிலச்சுமி மாதிரி ஒடம்பு') அவருடைய தனித்துவம் பொருந்திய ஆற்றலும் தெரிய வராமல் போகாது. இலக்கியமன்றி எழுத்து கூடாது, இல்லை என்பவர்கள் ஏன் இவ்வளவு தெரிந்தவர், இவ்வளவு திறமை படைத்தவர் பொழுதுபோக்குக் கதைகளுடன் நின்றுவிடுகிறார் என்று (சில நாட்கள் முன்பு வரை) வருத்தப்பட்டிருக்கிறார்கள். இதற்கு எவ்வளவு தெரிந்தவர், இவ்வளவு திறமை படைத்த சுஜாதாவுக்குக் காரணமில்லாமல் போகாது.

பத்திரிகைத் தொடர் கதையாக மட்டுமல்லாமல் புத்தகமாக வும் 'நைலான் கயிறு'ம் 'வானமென்னும் வீதியிலே'யும் மிகவும் சுவாரஸ்யமாகயிருக்கின்றன.

கணையாழி, 1972

~

சுஜாதா எழுதிய
இரு தடிமனான நூல்கள்

'தொடர்கதை என்பது பத்திரிகைச் சௌகரியத்திற்காகவே ஏற்பட்டது' என்று பல வருஷங்களாகக் கூறப்பட்டு வருகிறது. ஆனால் இன்றைய பத்திரிகைகளில் தொடர் கதையைவிடத் தொடர் கட்டுரைகளே சௌகரியமாக இருப்பதாகத் தெரிகிறது. ஒருவர் எதற்காகப் பிறந்தார் என்பதிலிருந்து இன்னொருவர் பாரிசில் அவர் என்ன செய்ததாகப் பிறர் அறிய விரும்புகிறார் என்பதுவரை இன்றைய தமிழகப் பத்திரிகைகளில் படிக்கவேண்டி வருகிறது. தொடர்ச்சியாக இத்தொடர் கட்டுரைகள் கேள்வி – பதில் உருவத்திலும் வருகின்றன. வாழ்க்கையில் முன்னேற விரும்புகிறவர்கள் அவசியம் இக்கேள்வி பதில்களைத் தொடர்ந்து படிக்க வேண்டும்; அவர்கள் படிக்கிறார்கள் என்று நம்பலாம்.

ரோமாபுரிக்குப் போகும் அ–ரோமர்கள் போல தமிழ்நாட்டில் இருக்கும்போது தமிழர் போலவே இருக்க வேண்டுமாதலால் இந்தக் கட்டுரையும் ஒரு முந்தைய இதழின் தொடர்ச்சியாக வருகிறது. அதாவது இது ஒரு தொடர் கட்டுரை! சுஜாதா பற்றித் தொடர் கட்டுரை.

சுஜாதாவின் இன்னும் இரு புத்தகங்களும் விமரிசனத்திற்கு வந்திருக்கின்றன. தலைப்பில் இருக்கும் மூன்று பெயர்களில் முதலிரண்டு பெயர்களும் அப்புத்தகங்களின் பெயர்களே. இது தவிர அவருடையது இன்னும் இரு புத்தகங்களும் வெளிவந்திருக்கிறதாகத் தெரிகிறது. எல்லாம் நாகைக்

குமரிப் பதிப்பகம் வெளியீடுகள். இப்படி ஒட்டுமொத்தமாக ஒரே ஆசிரியரின் ஆறு புத்தகங்கள் வெளிவந்தால் வாசகர் கவனம், விமரிசகர் கவனம் ஒரு புத்தகத்துக்கும் உரிய அளவுக்குக் கிடைக்க வழியில்லை.

'பாதி ராஜ்யம்' சுஜாதாவின் ஐந்து குறுநாவல்கள் (அல்லது நெடுங்கதைகள்) கொண்ட தொகுப்பு. 'சில வித்தியாசங்கள்' பதினாறு சிறுகதைகள் கொண்டது. சுஜாதாவின் படைப்புகளிலிருந்து பொறுக்கி எடுத்தவை இவை. சுஜாதாவே பொறுக்கி எடுத்திருக்க வேண்டும். அவருடைய கதைகளில் அவருக்கு மிகவும் பிடித்தவை என்று அவர் கூறிய கதைகளெல்லாம் சேர்க்கப்பட்டிருக்கின்றன. (அவை என்ன என்று அறியப் பலர் ஆவலோடு இருக்கலாம். இரண்டை மட்டும் இங்கு சொல்ல முடியும். அவை 'ராகவேனியம்,' 'அம்மோனியம் பாஸ்ஃபேட்')

நாற்பத்தாறு ஆண்டுகளுக்கு முன்பு இலக்கிய வானில் ஒரு நட்சத்திரம் தோன்றிற்று. 'கதிரவனும் உதிக்கிறான்' என்ற நாவல் அந்த ஆண்டில் வெளியாகி ஹெமிங்வே ஒரு புது சகாப்தத்தின் போட்டியில்லாத, போட்டியிட முடியாத தலைவரானார். அதையடுத்து அவருடைய நாவல் 'ஆயுதங்களுக்கு விடையளித்தாகி விட்டது' இன்னொரு மிகப் பரபரப்பான வெற்றி. அதை எழுதிவரும்போதே அதைத் திரைப்படமாக்கப் பல திரைப்பட அதிபர்கள் ஹெமிங்வேயிடம் பேச்சுவார்த்தை நடத்த வந்தார்கள். "இதுவரை யாருக்கும் எதற்கும் தராத அளவு நான் தருகிறேன். பதினைந்தாயிரம் டாலர்..." "நான் நூறாயிரம் டாலருக்குக் குறைந்து வாங்கிக்கொள்ளத் தயாராயில்லை." நாவல் வெளியாகி அதற்குக் கிடைத்த வரவேற்பு நூறாயிரம் டாலரை அபத்தமான விலையாகக் காண்பிக்கவில்லை. ஹெமிங்வே 'மணி ஒலிப்பவர்களுக்காக' நாவல் எழுதும்போது அதற்கான திரைப்படத்தின் முக்கிய நடிகர்களையும் அவரே நிர்ணயித்து வற்புறுத்தினார். இன்று அந்த நடிகர் காரி கூப்பர் செத்து விட்டார். அந்தத் தயாரிப்பாளர் ஸாம் வுட் செத்துவிட்டார். ஹெமிங்வேயின் பதிப்பாளர் செத்துவிட்டார். ஹெமிங்வேயே செத்துவிட்டார். அவருடைய நாவல்கள் கூட – அவை எழுதப்பட்ட நாளில் மூன்றாவது ஜெர்மன் ரைஷ் போல ஆயிரம் ஆண்டுகள் இருக்கும் அமரப் படைப்புகளாகத் தோன்றிய ஹெமிங்வேயுடைய நாவல்கள் கூட – இன்று செத்துவிட்டன. "என்ன இவன் எல்லாக் கதாநாயகிகளையும் ஒரே மாதிரியாக எழுதுகிறான்?" "இவனுடைய கதாநாயகர்களுக்கு இவ்வளவு மட்டும்தான் சிந்தனையோட்டம் இருக்கும் போலிருக்கிறது." "காதல் காட்சிகளெல்லாம் சிறுபிள்ளைத்தனமாக இருக்கிறதே?" ...ஆனால் ஹெமிங்வேயின் சிறுகதைகளை அப்படிச் சொல்லித்

தள்ளிவிட முடியவில்லை. சா. கந்தசாமியால் கூட. சிறுகதைகளில் ஹெமிங்க்வேயின் உலகம் இன்னும் விரிவாக இருக்கிறது. இன்னும் அதிக ரகங்கள் கொண்டதாக இருக்கிறது. மனித உறவு ஆழம் கொண்டதாக இருக்கிறது. அதனால் அவை இன்னும் வாசகர் – விமரிசகர் கவனத்தில் இருக்க முடிகிறது. சுஜாதாவின் நாவல்களையும் சிறுகதைகளையும் ஒருமிக்கப் படிக்கும்போது இதையெல்லாம் ஞாபகப்படுத்திக் கொள்ளத் தோன்றுகிறது. சுஜாதாவின் சிறுகதைகளிலும் அதே சுஜாதா நாவல்கள் பெண்கள் இருக்கிறார்கள். (கதவைத் திறந்தவள் ஏர் – இண்டியா போயிங்கிலோ *70mm* திரையிலோ இருக்க வேண்டியவள் . . . என் எதிரே நின்றாள் – மேலிருந்து கீழ், இடமிருந்து வலம் அழகாக. . . அவளுக்கு உடம்பான உடம்பு, பண்ணையிலே இருககிற இளம்பயல்களை எல்லாம் கரகம் ஆட வைக்கிற உடம்பு . . .) இந்தப் பெண்களுடன் கதைகளில் சம்பவச் சூழ்நிலை ரகங்கள் அதிகமாகவே இருக்கின்றன. பல இடங்களில் படிப்போருக்கு ஆழ்ந்த சோகம், சிந்தனை ஏற்படுத்துவதாகவே இருக்கின்றன. ‘ஒரு விபத்தின் அனாடமி’ என்ற ஒரு குறுநாவலே ஒரு தனிக்கட்டுரைக்குரிய மிகச் சிறந்த படைப்பு. ஆனால் ஓர் அலட்சியப் போக்கு – எழுத்தின் மீதா, பத்திரிகையாசிரியர்கள் மீதா, வாழ்க்கையின் மீதா, மனிதர்கள் மீதா, பரிமாற்றல் சாதனங்களின் மீதா, தன் மீதா – அவ்வளவு தெளிவாகத் தெரியவில்லை – மிகவும் லாவகத்துடன், பரந்த பொது அறிவுடன், சுவாரஸ்யம் ஏற்படுத்தும் ஆற்றலுடன் எழுதிய சுஜாதாவின் எழுத்தை இது எளிதாகத் தோன்றும்படிச் செய்துவிடுகிறது.

~

முடிவுறாத பயணம்: 'ரீதி'

பூமணியின் இரண்டாவது சிறுகதைத் தொகுதியாகிய 'ரீதி' படித்தபோது பொதுவாகப் புனைகதை இலக்கியம் பற்றிச் சிந்திக்கத் தோன்றியது. கதைக்கரு, குணச்சித்ர வார்ப்பு ஆகிய 'தளை'களிலிருந்து புனைகதை விடுதலை பெற்றுச் சுமார் அறுபது ஆண்டுகள் ஆகின்றன. ஆனால் கதைக்கரு, குணச்சித்திர வார்ப்பு இல்லாததனாலேயே ஒரு படைப்பு நவீனத்துவம் அடைந்துவிடுவதில்லை. அது புனைகதைக்குரிய மதிப்பும் பெற்றுவிடுவதில்லை.

ஒரு கதாசிரியரின் சித்தரிப்பில் யதார்த்தப் பண்பு சிறந்து விளங்குவது உயரிய படைப்புக்கு அடையாளம் என்று ஒத்துக்கொள்ளப்படுகிறது. ஆனால் யதார்த்தப் பண்பை எப்படி வரையறுப்பது? அதற்குத் திட்டவட்டமான இலக்கணம் அமைக்க முடியுமா? பிரத்யட்சமாகக் கண்டவை அல்லது காணப்படுபவைகளை வரிசைப்படுத்தி எழுதுவதால் மட்டும் ஒரு படைப்பு யதார்த்தப் பண்பு கொண்டிருந்தாலும் நல்ல புனைகதை ஆவதில்லை. இது பிரத்யட்சக் காட்சிகளுக்குப் படைப்பாளி தரும் சீரமைப்பு அல்லது புனரமைப்பினால்தான் சாத்தியமாகிறது. அதாவது கவனிப்பு, கற்பனை ஆகிய இரு அம்சங்களும் உரிய அளவில் இணைந்திருப்பதில்தான் ஒரு படைப்பு நல்லதொரு புனைகதையாகிறது.

Plot, Character ஆகியவை தவிர்த்த பூமணியின் கதைகள் நவீனச் சிறுகதைகள் என்ற பிரிவில் அடங்கும். சூழ்நிலை, ஒரு குறிப்பிட்ட நேரத்தில்

சில மனிதர்களின் சேர்க்கை இவைமட்டுமே பூமணி தன் படைப்புக்குப் பயன்படுத்தும் சாதனங்களாகும். இலகுவில் நழுவிச் சென்றுவிடும் இவற்றை மட்டுமே படைக்கலமாகக் கொண்டு எழுத முற்படுவது பூமணியின் துணிச்சலுக்கும் தன்னம்பிக்கைக்கும் சான்றாகும். ஆனால் இம்முயற்சியில் வெற்றியடைந்தாலும் அவ்வெற்றிக்குத் தேவைப்படும் பிரயாசைக்கு ஈடாக வெற்றியின் வீச்சு அமைவதில்லை. 'ரீதி' தொகுப்பில் உள்ள பதினைந்து கதைகளில் விசேஷமாக வெற்றி பெற்றுள்ள கதைகளாகிய 'நிலை,' 'நேரம்,' 'தொலைவு,' மற்றும் 'வலி' ஆகிய நான்கும் கூடத் தனியாகப் புனைகதை என்று மதிப்பிடப்படும்போது பெரும் வெற்றிகளாக அறியப்படுவதில் தயக்கம் இருக்கும்.

பூமணியின் படைப்புக் கலைக்கு ஆதார சுருதியாக இருப்பது மனித சோகம். குறிப்பாக வறுமை விளைவிக்கும் சோகம். இதில் இயற்கையும் சிறிதளவு பங்குகொள்கிறது. வறட்சி, எப்போதும் தண்ணீருக்காக அலைபாய வேண்டிய நிர்ப்பந்தம். பூமணியின் பாத்திரங்களுக்கு சிரிப்பு, விளையாட்டு, விச்ராந்தி போன்றவைக்கு நேரமில்லை. மனத்தளவிலும் அவகாசமில்லை. தீவிரமாக எந்த உணர்வையும் வளர்த்துக்கொள்ள இடைவெளியும் கிடையாது.

கோபித்துக் கொள்ளுவதும் துவேஷம் பாராட்டுவதும்கூட ஓரளவு போகிறபோக்கில் நிகழ்வதாக உள்ளன. ஆனால் சிறுவர் களிடம் தீவிரத் தன்மைக்கு இடம் இருக்கிறது. அவர்களால் எதற்காவது ஏங்க முடிகிறது, ஆத்திரப்பட முடிகிறது. பள்ளிப்படிப்பு முடித்து வேலையொன்றும் அமையாது காத்திருக்கும் வாலிபன் ஒருவன் தற்கொலை புரிய யத்தனிக்கும் அளவுக்குத் தீவிரத் தன்மைக்கு இடமிருக்கிறது. பெரியவர்களுக்கு அன்றையப் போதைத் தள்ளுவதே பெரும்பாடாயிருக்கிறது; முன்னேற்றம் அல்லது ஒளிமிகும் வருங்காலம் என்பவை பற்றி நினைக்கக்கூட வழியில்லாமல் நிகழ் காலத்தின் ஆயாசம் வருத்துகிறது. பூமணியின் கதை மாந்தரின் சோகங்கள் உண்மையாயினும் அவை எளிதில் எதிரொலி எழுப்புவதாகச் சித்தரிக்கப்படவில்லை. அவர்கள் சோகத்தைப் பிறர் பகிர்ந்துகொள்ள இயலாது விலகியிருந்து பார்த்துச் சென்று விடும்படியாக உள்ளது. இதற்கு ஒரு காரணம் இச்சோகங்கள் மிக அந்தரங்கமானவையாகச் சித்தரிக்கப்பட்டிருக்கிறது. இன்னொன்று, இயல்பிலேயே அந்தரங்கமானதைப் பிறர் பங்கேற்க முயலுவதையும் சிரமமானதாக மாற்றுவது பூமணி கையாளும் மொழிநடையினாலோ என்ற ஐயம் தோன்றுகிறது. பூமணியின் கதைகளில் பாத்திரங்களின் சம்பாஷணை மட்டும்

பிராந்தியப் பேச்சு வழக்காக முடிந்துவிடுவதில்லை. ஆசிரியர் உரையில்கூடப் பிராந்தியச் சொற்கள், குறிப்பாக வினைச் சொற்கள், பிராந்திய மொழியாக அமைந்து, படைப்புக்கும் வாசகனுக்கும் ஓர் இடைவெளி ஏற்படுத்திவிடுகின்றன. இத்தகைய எழுத்துமுறைக்கு ஒரு குறிப்பிட்ட அளவுக்கு மேல் களம், பாத்திரம் இரண்டையும் பிரித்து விடக்கூடிய தன்மை உண்டு. நேரடி அனுபவம் ஏற்படுத்தப் பயன்படுத்தும் யதார்த்தப் பண்புகளில் ஒன்றாகிய வட்டார வழக்குக்கு நேரடி அனுபவத்திற்கு நேர்மாறான விளைவையும் உண்டு பண்ணக் கூடிய தன்மையும் உண்டு.

மேலோட்டமாக எழுதப்பட்ட கதைகள்கூட ஒரு கலாச்சாரத்தின் ஏதாவது ஒரு கூறைத் தெரிவிப்பதுதான். கலாச்சாரச் சித்தரிப்பில் சொல்லுக்கும் பங்கு உண்டு. ஆனால் அப்பங்கு மிக நுண்ணிய வகையில் வரையறுக்கப்பட வேண்டியதாகிறது. புனைகதையில் கலாச்சார விளக்கம், அக்கலாச்சாரத்தின் தனித்த சொற்களால் மட்டுமின்றி அக் கலாச்சாரத்து மக்களின் மனித உறவு செம்மையாகவும் உரிய கவனிப்புடனும் சித்தரிக்கப்படுவதிலும் உள்ளது. கலாச்சாரத்தின் ஒரு சின்னமாகிய பேச்சுமொழி ஓர் இலக்கியப் படைப்பில் ஏறத்தாழச் சித்தரிக்கப்பட்டிருந்தாலும் பெரும் பாதகம் விளைந்துவிடுவதில்லை. ஆனால் மனித உறவும் அதன் சிக்கல்களும் கவனமாகக் குறிக்கப்படாவிட்டால் ஒரு செய்தியை, ஓர் அனுபவத்தைப் பகிர்ந்துகொள்ள வேண்டுமென்கிற படைப்பிலக்கியக் குறிக்கோள் தவறிப் போய்விடுகிறது.

மிக நுட்பமான கண்ணும் செவியும் கொண்ட படைப்பாளி பூமணி. 'ரீதி' தொகுதியில் உள்ள எல்லாக் கதைகளும் இதற்குச் சான்றாக உள்ளன. சிறந்த படைப்பாற்றலும் உழைப்பும் கொண்ட அவர், பிரத்தியேகவாதிகளின் படைப்பாளியாகக் கருதப்படும் சாத்தியமும் இருக்கிறது.

பரிமாணம், **1979**

~